# ஆட்டுக்குட்டியின்
# அலறல்

குமரி ஆதவன்

வேரல்
புக்ஸ்

வேரல்

புக்ஸ்

வேரல் புக்ஸ் வெளியீட்டு எண்: 82

ஆட்டுக்குட்டியின் அலறல் * குமரி ஆதவன்© * கவிதைகள் *

முதல் பதிப்பு: ஆகஸ்ட் 2023 * பக்கங்கள்: 144 *

வேரல் புக்ஸ் * 6, இரண்டாவது தளம், காவேரி தெரு, சாலிகிராமம், சென்னை – 600093 *

மின்னஞ்சல்: veralbooks2021@gmail.com * தொலைபேசி: 9578764322 *

அட்டை வடிவமைப்பு: லார்க் பாஸ்கரன் * லேஅவுட்: சந்தோஷ் கொளஞ்சி

Attukuttiyin Alaral * Kumari Aadhavan© * Poems *

First Edition: August 2023 * Pages: 144 *

Veral Books * No: 6, 2nd Floor, Kaveri Street, Saligramam, Chennai - 600093 *

Email ID: veralbooks2021@gmail.com * Phone: 9578764322 *

Wrapper Designed by: Lark Bhaskaran * Layout Designed by: Santhosh kolanji

**Rs. 160**

ISBN: 978-81-965289-6-6

அன்பு அண்ணன் கவிஞர் ரசூலுக்கு ...

## பொருளடக்கம்

- முன்னுரை: பத்தாயத்திற்குள் இன்னும் மிச்சம் இருக்கும் மூச்சுக்காத்து
- உறியிலிருந்தது பாட்டியின் பாசம்...

1. ஆட்டுக்குட்டியின் அலறல் // 21
2. ஒருகாலத்தில் குருவிகள் இருந்தன // 22
3. முட்டாய் பாட்டி // 25
4. அவசரத்தேவை // 27
5. பானை உடச்சான் // 28
6. தட்டான் குளமும் ஒற்றைக் கம்மலும் // 30
7. மேற்கு வாய்க்கால் // 34
8. கலப்பை // 36
9. குடல் மாலை // 38
10. பத்தாயமும் பாச்சா பல்லிகளும் // 40
11. ஆசான் // 42
12. பாரச்சிலுவை // 43
13. காணாமல் போன மணி // 45
14. ராப்பாடியின் உடுக்கை // 47
15. பனைமரம் பேசிய கதை // 49
16. சூட்டு // 52
17. தெரு நாயும் ஊளையும் // 54
18. கனவு // 55
19. உதிர்ந்த சருகு // 56
20. மரணத்தை வாசித்தல் // 57

21. காளியம்மாவும் காஜாபீடியும் // 58
22. காட்டாளம்மன் // 61
23. வெள்ளை சாகிப்பு // 62
24. கறுப்பு // 64
25. மரியம்மாவும் சிலுவைப்பாடும் // 65
26. பாடை // 67
27. சொல்லியனுப்பு // 69
28. மிச்சமிருக்கும் வாழ்க்கை // 71
29. காக்காய் // 73
30. பாகவதர் // 75
31. சிறைச்சாலை // 78
32. ரெத்தினம் தாத்தா... // 79
33. மாடுகட்டி குடும்பம் // 81
34. பாட்டியின் சமையலறை // 82
35. முனி // 85
36. மூப்பனின் சாம்பல் // 87
37. அலவறச்சத்தம் // 88
38. கபடப் பாம்பு // 89
39. பிண்டங்கள்! // 90
40. சிக்கலில் சாமிகள் // 92
41. அம்மணக்காரர்கள் // 94
42. பூனையின் வீடு // 96
43. காந்தியின் கண்ணீர் ... // 98
44. எங்கேயடி ஒளித்து வைத்திருந்தாய்? // 99
45. நீ...! // 101
46. உயிர் நட்சத்திரம் // 103
47. நாற்காலியின் புலம்பல் // 105

48. முளைவிடுதல்... // 106
49. தரகர்களும் நடிகர்களும் // 107
50. கிருமிகள் // 109
51. அன்புள்ள ஏவாளுக்கு... // 110
52. கடவுளின் மகன் // 111
53. ஏவாளின் ஆப்பிள் // 113
54. கோடாரி // 114
55. கெத்சமனே தோட்டம் // 115
56. பேய்களின் கூச்சல் // 116
57. அரிப்பு... // 117
58. சுஜித் பேசுகிறேன்... // 119
59. ஏழை // 121
60. பீடம் // 123
61. எப்படிச் சொல்வது ... // 124
62. எசக்கியும் ஊனமுற்ற கவிக்குயிலும்! // 125
63. குரங்கு // 126
64. விட்டுவிடு // 127
65. ஒற்றை முலைச்சி // 129
66. தூக்குக்கயிறு // 131
67. ஆசிபாக்களே... // 132
68. கொளுத்திவிடு // 133
69. உலக்கை // 134
70. வீதியில் ... // 135
71. ஆயுதங்களைப் புதையுங்கள் // 136
72. உறவுத்தா // 138
73. செபமாலையோடு அப்பா // 140

முன்னுரை

# பத்தாயத்திற்குள் இன்னும் மிச்சம் இருக்கும் மூச்சுக்காத்து...

நட.சிவகுமார்

*1*

ஒரு நூற்றாண்டைத் தாண்டி மிக வேகமாகப் பயணப்படும் புதுக்கவிதை, பன்முகப்பட்ட பண்பாட்டு அடையாளங்களைச் சுமந்து கொண்டு தானாகப் பயணித்தது. இது கவிதைக்குள் அரசியலைப் பேசியதா, இல்லை கவிதையே அரசியல் ஆனதா, இல்லை அந்தந்தக் கவிதைக்குத் தக்க அளவில் நுண் அரசியலைக் கட்டவிழ்த்ததா, இல்லை கவிதைக்கும் அரசியலுக்கும் சம்பந்தம் இல்லையா, கவிதை என்ன தானாக முளைத்து வரும் சுயம்புலிங்கமா போன்ற கேள்விகள் இன்றளவும் கோட்பாடு சார்ந்தும், சிந்தனை முறைச் சார்ந்தும், வடிவம் உள்ளடக்கம் சார்ந்தது என்றும் பேசிக் கொண்டிருப்பவர்கள் பேசிக்கொண்டே இருக்கிறார்கள். உண்மையாகவே, செவ்வியல் சிமிழை விட்டு நீண்ட தூரம் அடர்ந்த கானகத்திற்குள் ஆடிப்பாடி, ஆனந்தக் கூத்தாடியத் தமிழ்க் கவிதை, அந்தந்தக் காலகட்டத்தின் வாழ்வியல் வலிகளை சுமந்து கொண்டு, ஒருவிதமான தத்துவார்த்த அரசியலைக் கட்டமைத்தது என்பதில் சந்தேகமில்லை.

யாப்பை மீறிய, தாளச்சுருதியைத் தாண்டிய காட்டாற்று வெள்ளத்தைக் கையில் எடுத்த புதுக்கவிதை, எழுத்து காலகட்டப் பின்புலத்தில் அகமன அரசியலை முன்வைத்தது. ஒரு நீண்ட பண்பாட்டு யுத்தத்திற்குப் பிறகு மேடைக் கவிதையாகவும், மக்கள் கவிதையாகவும், புதுமையின் பூர்வாங்கத் தன்மையோடு மாறும்போது, அது வானம்பாடியாய்ச் சமூக அரசியலை முன் வைத்தது.

இந்தச் சமூக அரசியல் முதிர்கன்னிக்காக அழுதது; பட்டதாரியின் காலடிக்குள் முடங்கிக் கிடந்தது; வரதட்சணை நெருப்பைக் கொளுத்திப் போட்டது; ஜன்னல் கம்பிகளுக்கிடையே கண்ணீர் வடித்த கன்னியரை வெளிச்சம் போட்டுக் காட்டியது; வறுமையின் ரத்தத்தை வாழையிலை போட்டுப் பரிமாறியது; தன்னம்பிக்கை நெம்புகோலெடுத்து நடக்கவும் வைத்தது. ஆனால் இப்படியான வகையறாக்களுக்குள் மட்டுமே திரும்பத் திரும்ப தன் எழுத்தை கட்டமைத்தது. இதையும் தாண்டியதொரு கவிதைப் பரப்பு நமக்குத் தேவைப்படும் போது, அது தனி நபர் சார்ந்த உளவியல் அரசியலை, தமிழ்க் கவிதைகளுக்குள் முன் வைத்தது. வாழ்வின் அபத்தங்கள், இருண்மைப் பக்கங்கள், தனிமனித அந்தரங்கங்கள், நடுத்தர வர்க்கத்தின் தனித்தனி வலிகள் எல்லாம் கவிதையாகக் கூடுகட்டிப் பறக்க விடப்பட்டது.

இதையெல்லாம் தாண்டிய ஆரம்ப காலக் கவிதைக்கு வித்திட்ட பாரதியின் வசன கவிதைக்குப் பிறகு, உரைநடை கவிதைக்கான ஒரு காலகட்டம் வந்தது. அந்தச் செடிக்கு உரம் போட்டு தண்ணீர் விட்டப் பெருமை பழமலய்க்கு உண்டு. பண்பாட்டின் பன்முகத்தன்மையைத் தாண்டி, மொழியின் பன்முகத்தன்மையைப் பழமலய் முன் வைக்கும்போது, பல கவிதை பிதாமகன்களுக்கு நடுக்கம் உண்டானது. இந்தக் கவிதைப் புள்ளியில் இருந்து தான் தலித் கவிதைகளின் உருவாக்கம் மையமிட்டது. குறிப்பாக தொண்ணூறுகளின் இறுதியில், இடமும் இருப்பும், தொழிற்சார்ந்த பதட்டத்தோடும் வாழ்வின் வலிகளை அனுபவித்தவனின் பேனா, அவனது மொழியில் ருத்ரதாண்டவம் ஆடியது. அதுபோலப் பெண்மை வாழ்க, புரட்சி ஓங்குக, பெண் விடுதலை பெறுக என்று கேசாதிபாத வர்ணனையும், பாதாதிகேச வர்ணனையும் வருணித்த ஒரு காலகட்டக் கவிஞர்கள், ஆணாதிக்க மொழியில் பெண்களுக்கு ஆதரவாக எழுதிய காலகட்டம் தாண்டி, பெண்கள் தாங்களாகவே தங்களின் கண்ணீரிலிருந்து மையெடுத்துத் தங்களுக்கான கவிதையை எழுதத் தொடங்கினார்கள்.

இப்படிப் பயணப்பட்ட தமிழ்க் கவிதை மரபு, ஒரு அடர்ந்த கானகத்திற்குள் தன்னை வாரி அணைத்து முத்தமிட்டது. இருப்பு குறித்த பதட்டம், இருப்பைத் தேடுதல், வேர்களை உள்வாங்கி பதிவு செய்தல், இப்படியானதொரு வாழ்வியல் முறையை,

இழந்த இழப்பின் மிச்சத்தைக் கவிதையாக்க எத்தனித்தது. அப்போதுதான் போலிமைத் தன்மை இல்லாத வாழ்வு நமக்குக் கிடைத்தது. ரத்தமும் சதையுமான மண்ணின் மணம் வெளிப்பட்டது. பல்வேறுபட்ட வாழ்வியல் கூறுகளோடுள்ள தொழிற்கருவிகள் எல்லாம், என்னையும் எழுது என்னையும் எழுதென எழுதத் தூண்டின. மலைமுகடுகளுக்குள் புதைந்து போன மூதாதையர்களின் வாழ்வும், கடலுக்கடியில் கருவாடாகிச் செத்துப்போன வாழ்வும் மீள் வாசிப்புக்கு நமக்குக் கிடைத்தது. நாட்டார் கதைகள், செவிமொழி வாய்மொழிக் கதைகள் எல்லாம் கீழிருந்து மேலாக என்னைப் பார் என்று ஓங்கிக் குரல் கொடுத்தன.

மூல இருப்பைத் தேடிய இன வரைவியல் கூறுகள் எல்லாம் ஒரு அடர்த்தியான வாழ்வின் உயிருள்ள பக்கங்களைக் கவிதையாக நமக்குத் தந்தன. பறவைகள் நம்மோடு பேசின; விலங்குகள் நமக்குக் கதைகள் சொல்லித் தந்தன; தேவதைகள் நம் விரல் பிடித்து வனாந்திர வெளிக்குள் கூட்டிக்கொண்டு சென்றன. காணாமல் போன உணவு, உடைகள், தொழில்கள், கருவிகள் எல்லாம் கண்முன்னே மிதந்து மிதந்து வந்தன. இப்படியானதொரு பன்முகப் பண்பாட்டுக் கூறுகள் தமிழ்க் கவிதையை ஆக்கிரமித்தன. இந்தப் புள்ளியை உள்வாங்கிக் கொண்டுதான் குமரி ஆதவனின் கவிதைப் பரப்பு, பரந்துபட்டுக் கிடப்பதை நான் பார்க்கிறேன்.

2

அவர், பண்பாட்டு வேரைப் பிடித்துக் கொண்டு கவிதை பாடியபடி நடக்க அழைத்துக் கொண்டு செல்கிறார். தாம் கடந்து வந்த வாழ்க்கை மூலம் தனது மூதாதையர்களின் உடலில் இருந்து கவிதையை கவ்வி எடுத்து குமரி ஆதவன் படையலிடுகிறார். பொதுவாகவே, தாத்தா, பாட்டி ஆதரவற்ற முதியவர்கள் எல்லாம் காலத்தின் பார்வையில் அல்லது உளவியல் பார்வையில் மரணத்தை எண்ணிக்கொண்டு பொதுசன உளவியல் படி வாழ்வை முடிக்க இருப்பவர்கள். அவர்கள் காலத்தில், அவர்கள் காட்டிய சாகசங்கள், தனித்துவ அடையாளங்கள், அவர்கள் போனாலும் இந்த மண்ணுக்கு அவர்கள் தந்த மறக்க இயலாத மரணத்தைத் தாண்டிய வாழ்வு, இவையெல்லாம் ஒரு படைப்பாளியால் மட்டுமே நுட்பமாக உள்வாங்க முடியும். அந்த நுட்பமான

உள்வாங்கல் குமரி ஆதவனுக்கு நேர்த்தியாகவே கைகூடி இருக்கிறது. இந்தக் கை கூடலின் விளைவு, ஒரு குக்கிராமத்தில், அவரின் பால்ய காலத்தில் தொடங்கி சமகாலம்வரை, அவர் பார்த்த உதிரியான கதாபாத்திரங்களுக்கு உயிர் கொடுத்து உலாவ விடுகிறார்.

ரத்தினம் தாத்தா, கவிதை படிப்பவர்களின் கனவில் வந்து போகிறார்; ரப்பர் பால்வெட்டும் பாகவதர் நம்மையும் அழைத்துக் கொண்டு பாட்டு பாடியபடி பால்வெட்டுப் பகுதிக்கு அழைத்துச் செல்கிறார்; காஜா பீடி பிடித்த படியே வேலை செய்யும் காளியம்மா, பொடிந்து போன சரித்திரத் துகள்களோடு அந்த ஊரின் நடுகல் ஞாபகமாய் இருப்பதைக் குமரி ஆதவன் அடையாளப்படுத்துகிறார். அது போலத்தான் மரியம்மாவின் வாழ்வையும் உறவுத்தாவின் வாழ்வையும் கல்வெட்டாய்க் கண்முன்னே நிறுத்துகிறார். சாதி, மதம், தொழில் தாண்டிய மனிதனுக்குள் மனிதன் வாழுகின்ற ஒரு கருவூலப் பெட்டகம் நம்மிடையே இருந்திருக்கிறது.

உறவுகளற்று, பொருளாதாரப் பின்புலத்தைச் சார்ந்து வாழ்கிற மக்களுக்கு இந்த வாழ்வு மிகவும் அன்னியப் பட்டதாகத் தோன்றும். உறவுத்தா கவிதை ஒரு சங்க கால வாழ்வியல் ஓவியத்தைக் கண் முன்னே காட்டுவதாக இருக்கிறது. அதுபோல அப்பாவுக்கும் இறைச்சி கொண்டு வீடு வீடாக விற்கும் திருவிதாங்கோட்டு வெள்ளை சாயிப்புக்கும் இருந்த உறவைப் பேசும் கவிதை, அப்பா இறந்த பிறகும் பல நாட்கள் அவர், அவர்கள் வீட்டுக்கு இறைச்சி கொண்டு கொடுக்க, ஏன் என்று கேட்கும்போது, உங்கள் அப்பாவுக்குச் செய்ய வேண்டிய கடப்பாடு ஒன்று இருக்கிறது என்று சொல்லுவது, உறவின் உன்னதத்தைப் பேசுகிறது. இதற்கு நேர் எதிரான தொனியில் உறவுத்தா கவிதையின் கடைசிப் பகுதி அம்மாவோடு உயிராக இருந்த உறவுத்தா, அம்மா இறந்த பிறகு எங்கள் ஊருக்கு வரவே இல்லை என்று முடிகிறது. இரு கவிதைகளும் உறவின் நெருக்கத்தை வெவ்வேறு வடிவங்களில் எழுதிச் சென்றாலும், இரு கவிதைகளும் உருவாக்கும் வாழ்வின் வலி, நீண்ட நேரம் இக்கவிதைகளுக்குள் நாம் முக்குளித்து முக்குளித்து கரையேற விடாமல் தடுக்கிறது.

ஒரு மலையடிவாரத்து கிராமம், உடல் உழைப்பையே அன்றாட வாழ்க்கையாக நம்பி இருக்கக்கூடிய மனிதர்கள் சார்ந்த ஒரு உலகம், பனைமரம், தென்னை மரம், ரப்பர் காடு, வயல்வெளி என விரவிக் கிடக்கும் பூமி, பாசாங்கற்ற மனிதர்களையும், பாசாங்கற்ற வாழ்வையும் தந்திருப்பதாகக் குமரி ஆதவன் பதிவிடுகிறார். அவரிடம் பனைமரம் பேசுகிறது; பனைமரம் என்ன பேசி இருக்கும் என்பது உங்களுக்கும் தெரியலாம். பாட்டியின் சமையலறையை அவர் காட்சிப்படுத்துகிறார்; அது வெறும் எழுத்தாக இல்லாமல், அந்த எழுத்துக்குள் எழுந்து நின்று சமையல் செய்யும் ஒரு பாட்டியாகத் தெரிகிறார். குடும்பம் சார்ந்த நுண்ணிய அலகுகளுக்குள் சிக்குண்ட ஓர் உலகம் குமரி ஆதவனுக்கு வாய்த்திருக்கிறது. அந்த அற்புத நிமிடத்தில் மயிலிறகான புள்ளிகளைப் பல கவிதைகளில் அவர் பட்டியலிடுகிறார். உதாரணமாக எங்கேயடி ஒளித்து வைத்திருந்தாய்? கவிதையைக் குறிப்பிடலாம். குறிப்பாக அவர் எழுதிய மிகச்சிறந்த கவிதைகளில் ஒன்றாக, நுண் உணர்வைச் சுமந்து வருகிற, பூனையின் வீடு என்ற கவிதையைச் சொல்லுவேன். அப்பா இது பூனையின் வீடு என்று மகன் சொல்லும் போது, நாம் வெறித்தனமாக, மனதளவில் பிடிவாதமாக, ஆக்கிரமித்து வைத்திருக்கிற பல மன உலக பிம்பங்களின் அரசியல் இங்குத் தூள் தூளாக உடைவதைப் பார்க்கலாம். ஏனென்றால், எந்த மனிதனையும் அவரவருக்கான சுதந்திர தன்மையோடு வாழ விடுவதில்லை. அவன் தனக்கானதாக எல்லாவற்றையும் ஆக்கிரமித்துக் கொள்கிறான். இதைக் கீறிப்பிளந்து உப்பு கண்டம் வைக்கிறது இந்தக் கவிதை.

சமகால வாழ்வின் நெருக்கடி அடித்தளமட்ட விளிம்பு நிலை மக்களின் கண்ணீர், பால்யகால ஓர்மைகளின் முடிச்சுகள், இந்த மண் மீது கொண்ட அளவில்லாத காதல், பண்பாட்டைச் சுமந்து கொண்டு மண்ணில் கால் பதித்த நடை, இவையனைத்தும் குமரி ஆதவன் எழுத்துகளில் வரலாறாக, புனைவாக, பெருங்கதையாடல் தொன்மமாக, யதார்த்தச் சித்திரமாக நம் கண் முன்னே விரிந்த ஓர் உலகத்தைத் தரிசிக்க வைக்கிறார். ஒரு கவிதையில் தென்திருவிதாங்கூரின் வரலாற்று ரேகைகள் தென்படுவதைப் பார்க்கிறேன்.

தங்கநகை தட்டானோடு / அரசனுக்கு கோபம் வந்ததில் / தட்டான்மாரோட ஆறேழு வீட்டை / அடித்து உடைத்துவிட்டு / சுவடு தெரியாமல் இருக்கத் தோண்டிய குளம்.

வரலாறு எப்போதும் அதிகாரத்தின் பக்கத்தில் நின்று கொண்டு பெருமிதங்களை மட்டுமே பதிவு செய்யும். வீடுகளை அழித்து விட்டு, குளமாக்குவது என்பது எவ்வளவு பெரிய அதிகார வன்முறை. இங்கு அந்த விளிம்பு நிலைச் சாதியத்தின் குரலாய் நாம் யோசிக்கும் போது, அவர்களின் இருப்பும் பதட்டமும் குளத்திலுள்ள நீரைத் தாண்டிய கண்ணீராகத்தான் இருந்திருக்க முடியும். இதைக் குமரி ஆதவனின் வரிகள் பதிவு செய்யும்போது, நாம் இருநூற்றாண்டு தென்திருவிதாங்கூரின் வரலாற்றை மறுவாசிப்பு செய்யத் தோன்றுகிறது. வருணத்தின் சுவடின் எச்சம் இந்தக் கவிதை வரிகளில் சில விடை தராத கேள்விகளை உருவாக்குகிறது. அந்த வரிகள் இப்படி வருகிறது, நாயர் குடும்பத்தில் இறந்தவர்களை எரிக்கும் இடம் / தட்டான் குளக்கரைத் தென்னம் தோப்புகள்.

வருணத்தின் மேலடுக்கில் இருக்கும் கடைநிலைச் சாதி நாயர். தீண்டாமையின் மேலடுக்கில் இருக்கின்ற சாதிகளில் ஒன்று தட்டான். இந்த முடிச்சுகளில் உலாவுகின்ற வாழ்வியல் சித்திரத்தில், தட்டான் குளக்கரையில் நாயர்களை எரிப்பது என்பது எவ்வளவு சாத்தியம் என்று தெரியவில்லை. அது மிகவும் அண்மை காலத்தில் நடந்திருக்கத்தான் வாய்ப்பு.

நவீன தொழில்நுட்பத்தால் இயற்கையின் மீதான பாதிப்புகள், ஒரு குறிப்பிட்டக் காலகட்டத்தின் புழங்கு பொருள் வாழ்க்கையினுடைய எச்சங்களைத் தேடுதல், கலப்பை, குறுங்கா வளையம், பத்தாயம், பனைமரம், உடுக்கை, உலக்கை, உறி என நகரும் வாழ்வியல் சித்திரங்கள்; கலையத்தில் சுண்ணாம்பு தடவியபடி தேவசகாயம் சித்தப்பா, தாத்தாவாய் விளைந்த கருத்த பலாமரம், நெல்லுப் போட்ட பத்தாயத்தில் பாச்சாவும் பல்லியும் என பல கதைக் கவிதைகள் நம் முன்னே காட்சி ஓவியமாகிறது. காளியம்மாவும் காஜா பீடியும் என்ற கதைக் கவிதை, அடித்தளப் பெண்ணின் வாழ்வை கம்பீரமாகவும், கண்ணீரோடும் எழுதிச் செல்கிறது. காளியம்மா பத்து டாக்டருக்கு சமம் என்கிற வரிகள் கம்பீரத்தின் குரலாகவும்;

*விஷக்கொடி அறுத்து*
*காளியம்மா தலைகீழாத் தூக்கிப் பிடித்தக்*
*குட்டி குழந்தையும்*
*மூக்குபாய்ச்சபடி காளிண்ணு*
*பெயர் சொல்லிக் கூப்பிடுகையில்*
*அதுகள நெத்தியில் தடவியபடி*
*சிரித்த முகமாய்ப் போவார்!*

என்ற வரிகளுக்குள் சிரிப்பின் பின்னால் இருக்கிற வருணத்தின் அடுக்குகள் உருவாக்கி வைத்திருக்கிற வலியை மிக நுட்பமாக குமரி ஆதவன் நமக்குச் சொல்லுகிறார். ஆசான் என்கிற ஒரு கவிதையில், ஆசானின் மர்ம மரணம் விளிம்பின் குரலில் நாம் வாசிக்கும்போது, முக்கியமான கவிதைப் பிரதியாக மாறுகிறது. அந்த மர்ம மரணத்திற்கும் சொல்லப்படாத பல வரலாற்றுக் கதைகள் இருக்கலாம். எப்படியென்றால் வன்முறைகளின் பக்கங்களையும் சேர்த்துத்தானே நாம் வரலாற்றை வாசிக்க முடியும்!

ராப்படியின் உடுக்கை, பனைமரம் பேசிய கதை, காக்காய், சூட்டு, மிச்சமிருக்கும் வாழ்க்கைக்குள் கனிக்கொன்றைப் பூப்பதாய்ப் புருவங்களின் பூக்கள், பாட்டியின் சமையலறை, பாகவதர், ரத்தினம் தாத்தா இவையெல்லாம் பழம் நினைவுகளாய் வந்து பண்பாட்டை மீட்டு எழுதுதல் என்ற கோணத்தில், நாம் இன்னும் சிந்து சமவெளி, மொகஞ்சதாரோ, ஹரப்பா எனத் தோண்டிக் கண்டுபிடித்தது மாதிரி தோண்ட வேண்டி இருக்கிறது. ஏனென்றால் ரப்பர் மர வாழ்க்கையோடு தன்னை இணைத்த ஒரு பாகவதரை இப்போதெல்லாம் பார்க்க முடியாது. அன்று உடல் உழைப்போடும், வாழ்வின் வலியோடும், கலையும், நிகழ்த்துக் கலையும் இரண்டற கலந்திருந்ததை, நாம் குமரி ஆதவன் வரிகள் மூலம் உணர முடிகிறது. அதுபோல ரத்தினம் தாத்தாவைப் பற்றி எழுதும்போது, சலூன் கடை நோக்கியபடியே பாதங்கள் என்ற வரிகளுக்குள் கொஞ்சம் இளைப்பாறுதல் தேவைப் படுகிறது. பாட்டியின் சமையலறை கவிதையில் உறியில் கண் என்ற வார்த்தை, ஒரு காலத்தில் ஒவ்வொரு வீட்டிலும் உள்ள ஓராயிரம் பாட்டியை நம் கண் முன் நிறுத்துகிறது.

குமரி ஆதவனின் பல கவிதைகள் சமகால வாழ்வியல் நெருக்கடியை, முரண்களால் பின்னிப்பிணைந்த வாழ்வை, நம்பிக்கை விதைகளை எடுத்து நகரத்துடிக்கும் மனதை இத்தொகுப்பிலுள்ள பல கவிதைகள் முன் வைக்கின்றன. ஒரு படைப்பாளி தன்னையும், தான் சுமந்திருக்கிற அடையாளத்தையும் உரசிப் பார்க்க வேண்டும், அல்லது அந்த அடையாளத்தோடு உறவாடிப் பார்க்க வேண்டும். அந்த உறவாடுதல் என்பது ஒருவேளை கொஞ்சம் பக்கத்தில் நின்று கொண்டும், கொஞ்சம் தூரத்தில் நின்று கொண்டும் இருக்கிற உரையாடலாகக் கூட இருக்கலாம். அந்த உரையாடல் குமரி ஆதவனுக்கு பலமாக அமைந்திருக்கிறது.

பல கிறிஸ்தவ பெருங்கதையாடல் தொன்மங்களை உள்வாங்கிய கவிதைகளில் அது அழகாக வெளிப்படுகிறது. அன்புள்ள ஏவாளுக்கு, பாரச்சிலுவை, கடவுளின் மகன், ஆட்டுக்குட்டியின் அலறல், ஏவாளின் ஆப்பிள், அவசரத் தேவை இப்படிப் பல கவிதைகளைச் சொல்லிக் கொண்டே போகலாம். இதற்கு ஒரு துணிச்சல் வேண்டும். அந்தத் துணிச்சல் கவிஞருக்குக் கை கூடியிருக்கிறது.

இயேசுவைப்போல் / உரக்கக் கத்தி/ உயிர்விட்டான்/கடவுளின் மகன். என்றும்; தாயாட்டின் அலறலில் / காடு அதிர்ந்தது / கடவுள் வரவில்லை / அசரீரி கேட்கவில்லை. என்ற வரிகள்; ஏரோதியாக்களின் தனங்களுக்காக/ மனிதர்களின் தலைகள் / வெட்டப்படுகின்றன/ யோவான்களின் நீதி உரைகள்/ நிற்கதியாய் என்ற வரிகள்; கெத்சமணி தோட்டம் முதல்/ கொல்கத்தா வரை நீண்டு போகிறது என்ற வரிகள், சீமோன்கள், மரியமதலேன் போன்ற வார்த்தைகள் எல்லாம் இந்த மண்ணின் விடுதலைக் குரலுக்கு, சமகால படைப்பாளியின் குரலாகத் தெரிகிறது. இவை, குமரி ஆதவனின் பலமான எழுத்துகள் என்று சொல்வேன். இந்தத் தொன்மங்கள் சார்ந்து அவர் இன்னும் நிறைய எழுத வேண்டும் என்று ஆசை இருக்கிறது.

தமிழில் அடையாள அரசியல் சார்ந்த பண்பாட்டுக் கூறுகள் பெரும்பாலான கவிதைகளில் வருவதில்லை. குமரி ஆதவனின் செபமாலையோடு அப்பா கவிதை மிக நுட்பமான கிறிஸ்தவ

வாழ்வியல் பண்பாட்டுக் கூறுகளை, அடித்தள மக்களின் வாழ்விலிருந்து உள்வாங்கி, எந்தத் தளத்தில் அந்தக் கவிதை இருந்ததோ, அந்தத் தளத்தில் உருவான ஒரு கவிதையாகும். கவிதையை வாசிக்கும்போது கிறிஸ்தவம் சார்ந்த ஒரு விளிம்பு நிலை மனிதனின் காட்சிச் சித்திரம் கண்முன்னே நிழலாடுகிறது. இந்தக் கவிதைக்குள் ஓராயிரம் சடங்குகள், ஓராயிர நம்பிக்கைகள், அடித்தளமட்ட மக்களின் மனதிற்குள் விடுதலை குரலை எழுப்பிய இயேசு பெருமான் ஒளிந்திருப்பது தெரிய வருகிறது. சிலப்பதிகாரத்தில் அடித்த மணிக்கும், வாழ்வியல் நம்பிக்கைகளைச் சுமந்து கொண்டு, கோவில் மணி அடிக்கும் சாதாரண மனிதனின் வாழ்வுக்கும் இடையிலான ஒரு நுட்பமான பதிவு நமக்குக் கிடைக்கிறது.

அது போல பால்யத்தின் ஓர்மைகள் மனசுக்குள் காக்கா பொன்னால் பத்திரப்படுத்தி துள்ளிப்புட்டான் பிடிக்கும் காலம் பள்ளிக்கூட காலம். இந்தப் பள்ளிக்கூட காலத்திற்குள் ஒரு மிட்டாய் பாட்டி ஒளிந்திருக்கிறாள். இன்றைய தலைமுறையினருக்கு இந்த முட்டாய் பாட்டியை தெரிந்திருக்க வாய்ப்பில்லை. அவளின் ஜீவித காலத்தில் பெரும்பான்மையான பொழுதுகள் பள்ளிக்கூட மாணவர்களோடு இருப்பதும், பள்ளிக்கூட மாணவர்கள் மனதில் அவள் தங்கியிருப்பதும் இந்தக் கவிதைக்கான வெற்றியாக நாம் பார்க்கலாம்.

பள்ளிக்கூட மாணவர்களுக்கு எப்போதுமே மணிச்சத்தம் பரபரப்பை உருவாக்கும்; சந்தோஷத்தை உருவாக்கும்; கோபத்தை உருவாக்கும்; ஏன் பதட்டத்தைக் கூட உருவாக்கும். ஆரம்பப் பள்ளியிலிருந்து தொடங்கிய மாணவப் பருவம் முடிவது வரைக்கும் செவிப்பறைகளில் மணி ஓசை கேட்டுக் கொண்டே இருக்கும். அப்படிப்பட்ட ஒரு மணியை பள்ளிக்கூடத்தில் இருந்து காணவில்லை. பலர் கைபட்ட மணி கொண்டு போன கள்ளன் யாரென்று தெரியாமல் எங்கோ கிடக்கிறது. மணி காணவில்லை என்பது ஒரு நிகழ்வுதான். ஆனால் குமரி ஆதவன் பள்ளிக்கூட பருவத்தை மனதில் சுமக்கிறார்; நம்மையும் சுமக்க வைக்கிறார். பள்ளிக்கூடம் விட்டு புத்தகக் கட்டுகளோடு மணி அடித்தவுடன் வீட்டுக்கு போகும் மாணவனை போல இந்தக் கவிதைக்குள் நம்மை ஓட விடுகிறார்.

நாம் கடந்து செல்கின்ற வாழ்வு உதிரிகள் கொடுத்த நன்கொடை. உதிரிகளின் வாழ்வில்தான் நாம் இறைவனை பார்க்கிறோம். அப்படிப்பட்ட ஒரு உதிரி வாழ்வை தொபியாஸ் மூலம் காட்சிச் சித்திரம் ஆக்கியுள்ளார் ஆதவன். தொபியாஸ் மாதிரி ஒவ்வொரு ஊருக்கும் ஒரு தொபியாஸ் இருப்பார்கள். அவர்கள் செத்துச் சுண்ணாம்பு ஆன பிறகும் இந்த வாழ்வு அவர்களுக்கான ஒரு தடயத்தைக் கூட நினைவு படுத்தாது. ஆனால் ஒரு படைப்பு மனம் என்பது காணாமல் போன உதிரிகளைக் காட்சிப்படுத்த துடிக்கும். இனி தொபியாஸ் உயிர் பெற்று கவிதைக்குள் உலவிக்கொண்டே இருப்பார்.

நம் வாழ்வு நம்பிக்கைகளைப் படித்து, உள்வாங்கிப் பாதுகாக்கின்ற புத்தகம். இங்கு ஒரு குடும்பத்தின் நம்பிக்கை கவிதையாகி இருக்கிறது. மாடுகட்டி குடும்பம் என்ற கவிதைக்குள் நீங்கள் அறிவை திணித்து பரிசோதிக்க முடியாது. ஆனால் ஒரு உணர்வைச் சுமந்து கொண்டு வருவதால், இது ஒரு குடும்பத்தினுடைய வாய்மொழி வரலாற்றைச் சொல்லுகிற முக்கிய பாடுபொருளாகிறது. மாடு கட்டிய குடும்பத்தில் ஒரு மாடு கூட தாங்காது என்கிற ஓர் உளவியல் ரீதியான நம்பிக்கையை எளிதில் நாம் அழித்து விட முடியாது. இந்தக் கவிதை பிரதியிலிருந்து நாம் யோசனை செய்து பார்த்தோமானால் ஒவ்வொரு இனக்குழு சமூகத்திற்குள்ளும் இது மாதிரியான நம்பிக்கைகளை நாம் தேடிக் கொண்டே இருக்கலாம். குமரி ஆதவன் இதனைப் பத்திரப்படுத்தி தந்திருக்கிறார்.

பாசிசத்தின் கோர முகம் நம்மை, நம் இருப்பைக் கேள்வி கேட்கும் போது, அவர் பதவியின் பீடங்களை எத்திச் சவுட்டுகிறார்; அதிகாரத்தைக் காறித் துப்புகிறார்; அதை எதிர் எழுத்தாக முன் நிறுத்துகிறார். அது கவிதையின் வடிவத்தைத் தாண்டி, கருத்தியல் ரீதியாக என்றென்றும் கேள்வியை எழுப்பும் வகையில் இந்தப் பிரதி நம் முன்னே பரந்து விரிகிறது. உதாரணத்தைச் சொல்வதாக இருந்தால், அவர் தனது பண்பாட்டு ஓர்மைகளிலிருந்து எழுதிச் சென்ற அலவறச்சத்தம் என்ற கவிதையில் உள்ள வரிகள்.

இப்பவும் பனைமூட்டு வாய்க்கால் கரையில் / இரவு பனிரெண்டு மணிக்கு / உயிர் போகும்போது போட்ட / அலவறச் சத்தம் கேக்குமுண்ணு சொல்லுறாவ!

இது சமகால வாழ்வியல் நெருக்கடியோடு உள்ள பாசிசத்தின் முகத்தோடு பல வகைகளிலும் பொருத்திப் பார்க்கலாம்.

வேர்கள், விழுதுகள், கிளைகள், பழங்கள் என அனைத்தும் நிறைந்திருக்கும் ஆலமரம். அதில் வந்தமரும் பறவைகள், அந்த மரத்திலிருந்து உதிர்ந்த பழங்களில் ஒட்டிய துகள்கள், அந்தப் பழங்களுக்குள் ஒட்டி ஓடி உறவாடிய கட்டெறும்புகள், அதிலிருந்து உதிர்ந்த பழுத்த இலைகள், அந்த பழுத்த இலைகளின் சலசலப்புகளுக்கிடையே வீசும் காற்று, இவை அனைத்தையும் உள்ளடக்கியதே ஆலமரம். ஆனால் இவை அனைத்தையும் தூர எறிந்து விட்டு, நமது பண்பாட்டைக் கேள்விக்கு உட்படுத்தும் சக்திகள், ஒற்றை ஆலமரம் என ஒற்றை அடையாளத்தை முன்வைக்கின்றன. தமிழ் நிலம் என்ற ஒற்றை அடையாளத்திற்குள் அல்லது தமிழ்ப் பண்பாடு அல்லது தமிழ் மொழி என்ற ஒற்றை அடையாளத்திற்குள் நாம் வாழ்ந்த வாழ்வை ஒருக்காலும் எழுதிச் செல்ல முடியாது.

திணை சார் வாழ்வு என்று ஒன்று நமக்கு உண்டு. அதுபோல ஒவ்வொரு இனக் குழுவைத் தாண்டி, நவீன இனக்குழுவாய் இருக்கிற நமக்கும் ஒரு வாழ்வு உண்டு. அதனை நன்கு உள்வாங்கி, ஆதாரச் சுருதியால் இந்த ஆட்டுக்குட்டியின் அலறல் கவிதை நூல் பதிவு செய்கிறது. அந்தவகையில் குமரி ஆதவன் வேர்களைத் தேடியும், விளிம்புகளின் பக்கத்தில் இருந்தும், ஒடுக்கப் பட்டோரின் கண்ணீரோடு கண்ணீராகியும் வாழ்வை எழுதிச் செல்வதால் இது உயிர்ப்பு மிக்க படைப்பிலக்கியப் பிரதியாகிறது. அவர் இந்த நூலின் மூலம் தனது சொந்த வீட்டிற்கு வந்திருக்கிறார். சொந்த வீட்டின் அம்மணத்தை ஒளிவு மறைவின்றி பதிவு செய்யத் துடிக்கிறார். குமரி ஆதவன் இன்னும் இது போல் பல எதார்த்தங்கள் மிகுந்த அடர்ந்த காட்டுக்குள் பயணம் செய்ய எதிர்பார்க்கும் மனதோடு அன்பும் வாழ்த்தும்.

நட சிவகுமார்
nadasivakumarwritter@gmail.com
*9843145004*

## உறியிலிருந்தது பாட்டியின் பாசம்...

அம்மம்மாவின் (அம்மாவின் அம்மா) பாசம் பொங்கி வழிந்த காலத்தில் வாழ்ந்தவன் நான். விடுமுறைகளில் பாட்டியின் வீடும் சுற்றுபாடும் மகிழ்ச்சியை விளைவித்த நாட்கள் கண்முன்னேயே நிற்கின்றன. கபடமற்ற அன்புப் பெருக்கு அருவியாய்க் கொட்டிய காலம் அது. அன்பு வணிகமாகாத காலத்தில் பால்ய வயது கழிந்தது என்பது மனநிறைவு. பாட்டிகளும் இல்லாமலாகி, அன்று விளையாடிய விளையாட்டுகளும் வழக்கொழிந்து போன பிறகு எல்லாம் வெறுமையாகவே காட்சி தருகின்றன. பாட்டியின் அடுக்களையில் தொங்கிக் கொண்டிருந்த உறியிலிருந்து பொங்கி வழிந்த பாசம், எங்களை எதிர்பார்த்துப் பாட்டி பதுக்கிவைத்திருந்த தின்பண்டங்கள் மத்தாப்பு போல் பொங்கி நினைவுகளாகப் பிரகாசிக்கின்றன. அம்மாவின் தங்கைகளான சித்திகள் தூக்கி விளையாடிய நினைவு, ஊட்டிவிட்ட உணவு, குறிப்பாகப் பிரகாசி சித்தியின் தக்காளி ரசம், அயனிப்பழம் எல்லாம் இப்போதும் வலிமை தருகிறது. நினைவுகளில் மட்டுமே நின்றாடிய உறியை என் உதிர மையால் எழுதிப்பார்க்க ஆசைப்பட்டதன் விளைவே இக்கவிதை நூல்.

2005 ஆம் ஆண்டு எனது 'அருமை மகளே' கவிதை நூலுக்கு அணிந்துரை எழுதிய அன்பு அண்ணன் கவிஞர் ரசூல் அவர்கள், என்னிடம் நிறைய கதை பேசுபவராக இருந்தார். நூலுக்கு அணிந்துரை எழுதித் தந்துவிட்டு, 'இனி எழுதும் கவிதைகளின் வடிவத்திலும் உள்ளடக்கத்திலும் மாற்றுப் பாதையை முயற்சித்துப் பாருங்க. உங்கக் கிட்ட மற்றவங்கட்ட

இல்லாத அனுபவக்கூறுகள் நிறைச்சு கிடக்கு. உங்களால தமிழுக்கு அழுத்தமான கவிதைகள் கிடைக்கும். உங்க நாகலாந்து வாழ்க்கையையும் நாவலா எழுத மறக்காதுங்க' என்றார். நான், வரலாறு, தன்னம்பிக்கை கட்டுரைகள், நாட்டுப்புறவியல் என்று வேறு வேறு திசைகள் நோக்கிப் பயணித்தபடியே இருந்தேன். இந்தப் பயணம் இருபத்தைந்து நூல்களைத் தந்தாலும், கவிஞர் ரசூல் அண்ணன் சொன்னது, அவ்வப்போது என்னைக் கேள்வி கேட்டுக் கொண்டே இருந்தது. இந்தக் கேள்வி ரசூல் அண்ணனின் மறைவுக்குப் பின்னர் குற்ற உணர்வாக எனக்குள் பீறிட்டு எழுந்தது. என் அனுபவங்களை, இழப்புகளை, கண்ணீரை, கோபத்தை மீண்டும் கவிதைக் களத்திற்குள் இறங்கி எழுதத் தொடங்கினேன்.

என் கண் முன்னால் உலாவிய, உலவிக் கொண்டிருக்கிற பல்வேறு விளிம்பு நிலை மக்களின் முகங்கள் காளியம்மாவாய், பாகவதராய், உறவுத்தாவாய், வெள்ளைச் சாகிப்பாய், எசக்கியாய், காட்டாளம்மனாய், அவ்வப்போது வந்து செல்லும் ராப்பாடியாய், உரலாய், உலக்கையாய், பத்தாயமாய், கலப்பையாய், என் வீட்டுப் பூனையாய், பாட்டியின் சமையலறையில் தொங்கிய உறியாய், ஆட்டுக்குட்டியின் அலறலாய் வந்து நின்றன. ஒவ்வொன்றாய் எழுத எழுத ஏகதேசம் நூறு கவிதைகள் பிறந்தன.

தான் பெற்ற பிள்ளைகள் எல்லா தாய்க்கும் பொன் பிள்ளை தானே! எனக்கும் அப்படியே தான் இருந்தது. ஆனாலும் அவற்றுள் சிறந்தவற்றைப் பொறுக்கி எடுக்கவும், கவிதைகள் குறித்து முன்னுரை எழுதவும் அன்புக் கவிஞர் நட.சிவகுமார் அவர்களிடம் கொடுத்தேன். அவர் என்னை அருகில் இருத்திக் கொண்டே, சுமார் இருபத்தைந்து கவிதைகளைத் தன் அலகால் கொத்தி இன்னொரு பெட்டியில் போட்டார். மிச்சமாக 73 கவிதைகளை தன் மார்போடு அணைத்துக் கொண்டு, முன்னுரை எழுதித் தருகிறேன் என்றார். கவிதைகளை வரிசைப்படுத்தியதோடு, ஆழமான முன்னுரையும் எழுதித் தந்தார். அதோடு, இக்கவிதை நூலை எந்தப் பதிப்பகம் வெளியிட்டால் சிறப்பாக இருக்கும் என்று யோசித்து, அன்பு எழுத்தாளர் யவனிகா ஸ்ரீராம் அவர்களோடு ஆலோசித்து, வேரல் புக்ஸ் மூலம் வெளிவருவதற்கான ஏற்பாடுகளையும் செய்தார். அன்புத் தோழருக்கு எனது அன்பும் நன்றிப் பெருக்கும் எப்போதும் இருக்கும்.

இக்கவிதைகளை நான் தினந்தோறும் எழுதுவதற்கு உற்சாகம் தந்தவர்கள் நிறையபேர் உண்டு. குறிப்பாக எனது மனைவி இரா.வ. செலின், மகள் பிளஸ்ஸி, பூனையின் வீடு கவிதையை எழுத வைத்த என் மகன் பெர்டின், நட்புத் தோழமைகள் அனைவருக்கும் நான் கடமைப்பட்டுள்ளேன்.

எழுதுகிற மனநிலை நான் பணியாற்றும் பள்ளியிலிருந்தே ஆரம்பமாகிறது. அங்கிருந்து நான் வீட்டிற்கு வருகிற மனநிலைதான், எழுத வேண்டுமா? உம்மென்று இருக்க வேண்டுமா? என்பதைத் தீர்மானிக்கிறது. எனவே, பெரும்பாலான நேரங்களில் எழுதுகிற மனநிலையை உருவாக்கித் தந்த தாளாளர்கள் உள்ளிட்ட நிர்வாகத்தினர், ஆசிரியர் மற்றும் அலுவலகத் தோழமைகள், மாணவர்கள் அனைவரையும் நினைவில் வைக்கிறேன்.

இந்நூலை அருமையாக அச்சாக்கம் செய்து வெளியிடுகிற வேரல் புக்ஸ் நிறுவனத்திற்கும் அதன் நிர்வாகி அம்பிகா குமரன், லார்க் பாஸ்கரன் ஆகியோருக்கும் உதவிய யவனிகா ஸ்ரீராம் அவர்களுக்கும் நன்றி மாலைகள் சூட்டுகிறேன்.

கனத்த யதார்த்ததோடும், கலங்கும் மாய யதார்த்தத்தோடும் உங்கள் கரங்களில் தவழ்கிறது எனது 'ஆட்டுக்குட்டியின் அலறல்' கவிதை நூல். நான் புள்ளி வைத்திருக்கிறேன்; வாசகர்கள் கோலம் போட்டுக் கொள்ளுங்கள்.

மிக்க மகிழ்வுடன்

குமரி ஆதவன்
kumariaathavan1970@gmail.com
Cell number : 9442303783
குமாரபுரம் — 629164,
கன்னியாகுமரி மாவட்டம், தமிழ்நாடு.

## ஆட்டுக்குட்டியின் அலறல்

அரிவாளோடு முன் நடக்கும்
அப்பனை தொட்டுத் தொடருகிறான்
என்னவென்று அறியாத பாலகன்
தலையில் விறகுக் கட்டோடு.

நீண்ட தூரத்திற்குக் காட்டினூடாக
கால்வலிக்க நடந்து
களைப்புற்று
மான்போல் விழிக்கும்
ஈசாக்குகளின் தலைச்சுமடுகள்
கீழிறக்கப்பட்டு,
சிதை தயாரித்து
கை கால்களைக் கட்டி
சிதைமீது கிடத்தியபடி
வாளெடுத்து ஓங்கி
வெட்ட எத்தனித்தான்
அப்பன் ஆபிரகாம்.

நம்பிக்கையை மெச்சினோமென்று
அசரீரி சொல்ல
அநியாயமாய்ப் பலியானது
ஆட்டுக்குட்டி.

அருகில் நின்ற
தாய் ஆட்டின் அலறலில்
காடு அதிர்ந்தது
கடவுள் வரவில்லை
அசரீரி கேட்கவில்லை!

## ஒருகாலத்தில் குருவிகள் இருந்தன

முற்றத்தில் நின்ற
பலாமரத்தில்
பலாப்பழம் பழுத்த சேதியை
சொல்லவரும் பலவண்ணப் பறவைகள்.

முந்திரிப்பழம் கொத்தித் தின்றுவிட்டு
கொட்டைகளைத் தெருவெல்லாம் விதைத்து
விவசாயம் செய்யும் மைனா
புல்வெளியில்
வெட்டுக்கிளியும் பிடித்துண்ணும்
அழகு காட்சி.

மேற்குப்பக்கம் நின்ற நெல்லிமரத்தில்
வீடு கட்டி குடும்பம் நடத்தும்
கறுப்பழகன் கருங்குருவி
பழம் தின்று உல்லாசக் கூச்சலிடும்.
பாரதியின் காணிநில தென்னம் தோப்பிலிருந்து
கவிதை கொண்டு வரும் குயிலக்கா
மாம்பழம் தின்று
மகிழ்ச்சியில் பாட்டிசைக்கும்.

கண்ணைக்கவரும் வண்ணத்தில்
வலம்வந்து மகிழ்விக்கும் தேன்சிட்டு
தோட்டத்தில் சுற்றியலையும்
தேன் சுவை பழம்தேடி...

ஆஸ்கார் விருதுபெற
அற்புதமாய்க் கூடுகட்டி
பனையோலையில் தொங்கி
ஊஞ்சலாடும் தூக்கணாங்குருவி.

கூட்டம் கூட்டமாய்ச் சிறகடித்து
வயல்களில் வந்துவிழும் பச்சைக்கிளிகள்
நெற்கதிர் திருடிவிட்டு
கண்களைச் சிமிட்டியபடி
ஒன்றுபட்டு ஓடும்.

நீண்டு வளைந்த அலகோடு
அழகு காட்டும் சிட்டுக்குருவி
முற்றத்து மாதுளை மரத்திலும்
வீட்டுத் திண்ணை முகட்டிலும்
கூடுகட்டி ஆனந்த யாழிசைக்கும்.

ஓயாத டொங் டொங் சத்தத்தோடு
வடக்குவாசல் எதிரில் நின்ற
புளியமரத்தில் பொந்து உருவாக்கி
அலகு நீட்டி விழித்திருக்கும்
மரங்கொத்தி.
மஞ்சளும் சிந்தாமணி நீலமுமாய்
நீண்ட வாலோடு
புழு தேடிப் பிடித்து
கொல்லைப்புற பூவம்பழ வாழையிலையில்
வைத்துண்ணும் பொன்மான் குருவி.

கிழக்குப்புறம் நின்ற
அயனி மரத்தின் உச்சியில்
சுள்ளிகளால் கூடுகட்டி
வீடுதோறும் கிடைத்ததையெல்லாம்
பங்கிட்டு உண்ணும்
பொதுவுடைமைப் பறவை காகம்.

ஊருணிக்கு தெற்கே நின்ற
மரத்தில் பெருங்கூடு கட்டி
குளத்து மீனை கன்னமிட்டு உண்ணும்
வெள்ளைக் கொக்குகள்.

இரவில் உறுமி உறுமி
கண்களை உருட்டி உருட்டி
ஒரு காவலனைப்போல்
திருடனை விரட்டும் ஆந்தை.

வாய்விரித்து ஒப்பாரி குரலெழுப்பி
ஊர்சுற்றி வட்டமிடும்
வக்காடு குருவி
கருகலைப்பதாய்ச் சொல்லி
ஓடோடிக் கதவடைப்பர்
கர்ப்பிணிப் பெண்கள்!

ஊருக்குக் கேடு வருதென்று
முன்கூட்டியே கூச்சலிடும்
சண்டைக்குருவி உக்கிலு
சாவுக்கு முன்னே வந்து
சங்கு ஊதும் சாவுக்குருவி...

இத்தனையும் சுற்றிவந்த
கூட்டுக்குடும்ப முற்றங்களும்
குளக்கரை வயல்களும்
தனித்தனி கான்கிரீட் வீடுகளாய்
செல்போன் கோபுரங்களாய் ஆனபின்
எங்கேயோ ஓடிப் போயின குருவிகள்.

## முட்டாய் பாட்டி

பள்ளிக்கூட வாசலின்
வலது புறமாய்ப்
பிளாஸ்டிக் சாக்குப்பையை விரித்து
நெல்லிக்காய்
மாங்காய்
புளிச்சிக்காய்
கடலை மிட்டாய்
கல்கோனா மிட்டாய்
ஆரஞ்சு மிட்டாய்
பல்லி மிட்டாய்
வறுத்த நிலக்கடலை
அயனிப்பழம் கொட்டை
இவை சகிதமாய்
கருங்கல்லின்மேல் அமர்ந்திருப்பார்
அருளாயி பாட்டி.

மழை வந்தால்
மிட்டாய்ச் சாக்கை மூடவும்
தலை நனையாமல் காக்கவும்
பனையோலையில் வேய்ந்த
விரிந்த தலைக்குடை.

இடைவேளையில்
கருப்பட்டியில் மொச்சும் ஈக்களாய்
மாணவர் பட்டாளம்.
நீல பாவாடை சட்டையோடு
மாங்காய்க்கும் நெல்லிக்காய்க்கும்
முண்டியடித்தபடி தேவதைகள்.
நெருக்கித் தள்ளுவதற்கென்றே

எட்டாம் வகுப்பு இடிராசாக்கள்.
தள்ளுபடாமல் இருக்க
கையில் காசு திணித்து
கல்கோனாவும் வறுத்த கடலையும்
வாங்கச் சொல்வாள் ஆஷா.

அருளாயி பாட்டிக்குச்
சரியாகக் கண் தெரியாதென்று நினைத்து
அழியாத காசு கொடுத்தால்
மூஞ்சியில் வந்துவிழும்.
நெரிசலில் திருடித் தின்னும் விடலைகளை
நெற்றிப் புருவம் மேலேற்றி எரிப்பாள்
நாய் பேய்யென்று அர்ச்சிப்பாள்.

தோலெல்லாம் கோடுகள் விழுந்து
நூறு வயது கடந்த நாளில்
அருளாயி பாட்டிக்கு
காய்ச்சல் வந்து
மிட்டாய் விற்க வரவில்லை.

குமாரபுரம்
அரசு பள்ளிக்கூட வாசல்
வெறுமையாய்க் கிடக்கிறது.

### அவசரத்தேவை

ஒரு சிலுவை வேண்டும்
முள்முடி வேண்டும்
சிவப்பு அங்கி வேண்டும்
சாட்டைகள் வேண்டும்
ஆணிகள் வேண்டும்
கசப்புக் காடி வேண்டும்
ஈட்டி வேண்டும்
இன்னொரு இயேசுவை
சிலுவையில் அறைவதற்கு...!

## பானை உடச்சான்

பானை உடச்சான்
கோரசாய் குரல்கள் வெடிக்க
ஆச்சரியமாய்த் திரும்புகையில்
பட்டாசாய் வெடித்துச் சிதறும்
பச்சை பச்சையாய் கெட்டவார்த்தைகள்.

நீண்ட நெடிய உயரம்
நடப்பதில் சற்று சிரமம்
தலையில் ஒரு துண்டு
காலில் ஒரு கட்டு
கையிலொரு கமுகம்பாளை
அருகிலொரு நீண்ட தடி
எதையெதையோ உளறியபடி
மணலிக்கரை சந்திப்பில் இருப்பு.

காலையும் மாலையும்
மாணவிகளுக்குப் பாதுகாவல்
கிண்டலடிப்போருக்குச் செருப்பு வீச்சு.
நெருங்கும் கொச்சிக்கு தடியடி.
கோவிலில் சூசையப்பர் இருந்தாலும்
மாதாக்களுக்குக் காவல் தொபியாஸ்தான்.

மாணவர் இல்லத்தில் காலை உணவு.
பலாப்பழத்தில் அலாதி பிரியம்.
சாமியார் விளையில்
பழுத்துவிழும் பலாப்பழம் மொத்தமும்
சம்மணம்போட்டு உட்கார்ந்து
தின்று தீர்ப்பார்.
சாமியார் கையிலிருந்து
ஒன்றோ இரண்டோ ரூபாய் கிடைத்தால்
சாமி பணம் தந்து என்ற ஆனந்தம்.

இரவானால்
நான்கு வீடுகளில்
கமுகம்பாளையில் சோறு வாங்கினாலும்
சாறுமோன் கூட்டு கொண்டவாவென்று
அப்புறோஸ் வாத்தியார் வீட்டில்தான்
கறி கேட்பார்.
உண்டு முடித்தபின்
பட்டைகாரரின் பாழடைந்த
வீட்டுத் திண்ணையில் அரை உறக்கம்.

தக்கலை பேட்டைச் சந்தையில்
வாழ்வு தொடங்கியது சுமை தூக்கியாய்.
கொண்டை வாழைக்காய் பொறுக்கி
வீடு வீடாய் விற்று
விதி நகர்த்தியது இடைக்கதை.
குமாரபுரம் சந்திப்பும்
மணலிக்கரை சந்திப்பும்
பகல்நேர உலாதலமானது எண்பதுகளில்!

காலில் புண் வந்து
நடை தள்ளாடியபோதும்
மாணவிகளுக்குக் காவல் காத்த தொபியாஸ்,
அந்திம நாளில்
அனாதையாய்.
ஒரு மழை நாளிரவில்
உயிர்ப்பறவை பறந்தது.

இப்போதும் மாதாக்கள்
மணலிக்கரை சந்திப்பில் நிற்கிறார்கள்
காவல் காக்க தொபியாஸ் இல்லாத பயத்தில்!

## தட்டான் குளமும் ஒற்றைக் கம்மலும்

*1*

தங்கநகை தட்டானோடு
அரசனுக்கு கோபம் வந்ததில்
தட்டான்மாரோட ஆறேழு வீட்டை
அடித்து உடைத்துவிட்டு
சுவடு தெரியாமல் இருக்க
நாடான்மார வச்சு தோண்டிய குளம்;
பால்ய பருவத்தில் நீச்சலடித்த
தட்டான் குளத்துக் கதையை
அப்பா சொன்ன ஞாபகம்.

*2*

நாயர் குடும்பத்தில் இறந்தவர்களை எரிக்கும்
இடம் தட்டான் குளக்கரை
தென்னம் தோப்புகள்
குளத்தைச் சுற்றி சுடலைத் தென்னைகள்
சாய்ந்தபடி நிற்கும்
ஒவ்வொரு தென்னையும் ஒரு நாயரை
எரித்த உடலின் எச்சம்
எப்போதாவது தான் ஒன்றோ இரண்டோ
தேங்காய்கள் பிடிக்கும்
தேங்காய்களைத் திருடிப் போவதற்கென்றே
மந்திரவாதிகள் அலைவார்களாம்.
குளத்தங்கரையில் ஆசாரிமார்
இருப்புக்குழிகளும் நட்டுண்ணு நிக்குது!

நீர் வற்றிப் போனால்
தென்னந்தோப்புகள் குளத்தைக் கபளீகரம் செய்யும்
கிழக்கு மூலையில்
சாதி பேதமின்றி குளிக்கவும் துணி துவைக்கவும்
ஊருணி கிணறு உண்டு
ஆண்களும் பெண்களுமாய்க் கூச்சமின்றி
கோடைகாலத்தில் குளித்துக் கரையேறுவோம்!

குளம் நிரம்பி வழிகையில் நீச்சலடிப்பதும்
குளம் வற்றும்போது மீன் பிடிப்பதும்
கட்டாந்தரையானதும் தென்னம் தோப்புகளுக்கு
மண் வெட்டிச் சுமப்பதும்
ஆண்டாண்டு காலமாய்த் தொடர்கிறது
சின்ன வயதில் மீன் பிடிக்கும் போது
கல்யாண சாதனத்தில் தேளிமீன் கொட்டியதும்
தென்னம் தோப்புகளுக்கு
சம்பளத்திற்கு மண் சுமந்ததும் நினைவுகள்!

3

ஒருநாள் ஊற்றில் குளித்து
தலை துவட்டும் போது
மின்னிக்கொண்டு கிடந்தது கம்மலொன்று;
கையிலெடுத்ததும் சித்தப்பா மகன்
தட்டானிடம் கொடுத்து பணம்
வாங்குவோமென்றான்;
பொத்திப் பிடித்த கம்மலோடு
ஓடிய ஓட்டம் வீட்டு முற்றத்தில்
அவன் எறிந்த தேங்காய் முதுகில்.

மூச்சிரைக்க ஓடி வந்தவுடன்
வெளியில் பார்த்தாள் அம்மா
கையில் பொத்தி வைத்திருந்த கம்மலை
உச்ச மகிழ்வில் திறந்த நொடியில்
மூச்சுக்கு மூச்சு இடைவேளை இல்லாமலே
ஊற்றுலருந்து கிடைத்ததென்றேன்
'யாருக்கதுண்ணு கேட்டு குடுத்துட்டு வா
இல்லண்ணா வீட்டுலயும்
உனக்கு இடமில்ல
வயித்துக்கு சோறும் இல்ல'
கோபத்தில் அம்மா!

குளித்தும் வேர்த்தது.
வந்தவரை ஞாபகப்படுத்தி
வீடு வீடா அலைந்தேன்
கள்ளம் கபட நோய் பரவாத
அந்தக் காலத்தில்!

கடைசியாக
ஆறாம் வகுப்புத் தோழி
தீபாவின் வீட்டில் ...
மூஞ்செல்லாம் கறுத்து நின்னாங்க
தீபா அம்மா;
பள்ளிக்குப் போகாத நாளெல்லாம்
எழுதிப்போட்ட நோட்டுகளைத் தருமவள்
ஒரு மூலையில் பாவாடை சட்டையோடு
அழுதபடியே.
நோட்டு கேட்கப் போனதாக நினைத்து,
'அரப்பவுனு கம்மல்ல ஒண்ண தொலச்சிட்டு
கரையிணா, பெண்ணின்ற சிரத்த'
அரை மலையாளத்தில்
பொரிந்தபடியே தீபா அம்மா!

இந்த கம்மலாண்ணு காட்ட,
பற்றிப் பிடித்து வாங்கினாள்
கம்மல் கொடுத்தற்குப் பரிசாக
ஒரு ரூபாய் நோட்டு ஒன்று கையில்;
கீழே போட்டுட்டு
தலைதெறிக்க ஓட்டம் வீட்டுக்கு!

## மேற்கு வாய்க்கால்

சிறுவர்கள் நீச்சலடித்துக் குளிக்க
மதிய நேரத்தில் மேய்ச்சல்
பசுக்களைக் குளிப்பாட்ட
மூன்று மணிவாக்கில் உழுத
உழவு மாடுகளைக் கழுவிக் கரையேற்ற
வியர்வை நாற்றம் பிடித்த துணிகளையெல்லாம்
துவைத்து உலர்த்த
கீழக்கரை நெல் வயல்களுக்கு நீர் பாய்ச்ச,

அந்தியில் இளசுகள் இருந்து கதைக்க
சிறுமிகள் 'கரையா? குளமா?' விளையாட
அக்காமார் குளித்துக் குதூகலிக்க
பழுத்தப் பழங்கள் இயற்கையை ரசித்தபடி
கதை பேசி காலார நடக்க
உழைப்பாளிகள் உடல் கழுவவென
வீட்டுக்கு மேற்குப் புறத்தில்
வளைந்தும் நெளிந்தும் பதினெட்டடிக்கு
ஆறாய் விரிந்தபடி ஓடியது மேற்குவாய்க்கால்!

பள்ளி விட்டு நடை வண்டியில் வருகையில்
மேற்கு வாய்க்காலின் அழகுக்காட்சி
ஒரு புறம் தென்னையும் கமுகும்
மறுபுறம் கற்றாழையும் பனையும்
பனை மூட்டில் மணக்கும் பனம்பழமும்
பனை உச்சியில்
பாளை சீவிவிட்டு
கலையத்தில் சுண்ணாம்பு தடவியபடி
தேவசகாயம் சித்தப்பாவும்!

பின்னொரு நாளில்
பிளாட் போடும்
வியாபாரிகள் கண்களில்...
திடீரென்று புதிய சாலை.
அப்புறம்
வரிசையாய் வீடுகள்
இடைவிடாது சீருந்துகள்...

மேற்கு வாய்க்காலும்
கரையோரப் பனைமரமும்
எங்கள் மருதநில அடையாளமும்
கண்களில் ஆல்பமாய்...

*கலப்பை*

ஈரேழு மாடும் கலப்பையும் வைத்திருந்த தாத்தா.
நீண்டு கிடக்கும் வீடாய்த் தொழுவம்;
புரட்டாசி பொறந்தா தாத்தாவுக்கு குசி
மாட்டை ஓட்டி,
கலப்பையைத் தோளில் சுமந்து
மார்பு விரித்து நடை.

வேட்டியின் முந்தியைச் சுருட்டி
கால்களுக்கிடையே கொண்டு
பின்னிடுப்பில் குத்துத்தார் செருகி
வலிமையான கால்களோடான வருகை
உழைப்பை உலகுக்குச் சொல்லும்.

களியக்குச்சிக்குள்
கழுத்து இருக்குமாறு
கலப்பை நுகத்தில் பூட்டாங்கயிறால்
கட்டுவார் மாட்டை.

கலப்பையின் யாக்காலை
சுள்ளாப்போடு சேர்த்து
வடத்தால் கட்டிவிட்டு
கலப்பைக் குத்தியில்
பளபளவென்று மின்னும்
கொழுவைத் தடவுதல்
மேளியைப் பிடித்து அழுத்த
டுர்ர்..டுர்ர்..டுர்ர்... ஓசையில்,
மாடு கலப்பைக்குத்தியை
இழுத்தபடி முன்செல்லும்.

வயலின் ஓரத்திலிருந்து
சால் பிரித்து உழ,
முதல் வட்டம் விழும்போதே
பூமித்தாய் இதழ் மலர்த்திச் சிரிப்பாளாம்.

ஒரு சால் முடிந்ததும்
புதிய சால் போட்டு
எந்த இடமும் விடுபடாமல்
சால்பிரித்து உழுவது அதிசயம்.

உழுது முடித்து மரமடிக்க
கலப்பைக் குத்தியை மாற்றி
குறுங்காவளையத்தை
இணைப்பார் வள்ளக்கையோடு.

மரமடித்து முடித்தால்
வயல் குளமாய்...
தாய்மார்கள்
நாற்றுநட .

பச்சைப் பட்டுடுத்திச் சிரிக்கும் நிலம்
வாளிநிறைய கஞ்சியை உறிஞ்சியபடி
வாய்திறந்து சிரிப்பார் தாத்தா !

ஆறு மாதமானால்
ஆறுகோட்டை நெல்
முற்றத்தில் குவியும்
பொங்கும் வீடெல்லாம் மகிழ்ச்சி.

இப்போதெல்லாம்
வீட்டு முற்றத்தில்
ரப்பர்பால் வாளியோடு !

## குடல் மாலை

உலகெங்கும்
சாமியார்களின் கொழுப்புப் பூக்கள்
மான்களை வேட்டையாடும்
புலிகளின் பற்கள்
குட்டிகளின் குடலைப் பிடுங்கும்.
வெறியில் விழுந்து உருளுகின்றன
தலைகள்.

கருவறைப் பெட்டியைத்
தூக்கிக்கொண்டு
ஓடுகின்ற செம்மறியாட்டுக் குட்டிகள்
காமக் கண்களுக்குத் தப்பி
ஆசாமிகளின் ஆயுதங்களுக்குப் பலி.

பலாச்சுளை உள்ளிருந்து
வேகமெடுத்துத் தெறிக்கும் கொட்டையாய்
கீறியும் கீறாமலும் தெறித்து விழும்
ஏவாளின் குழந்தைகள்.

விழுந்த கருவின்
விழிகளில் மிதித்தான்
தேசபக்த வேடன்
விழி பிதுங்கி துடித்த
ஏவாளின் கரு பயங்கரவாதி!?

லூசிபரின் கூட்டம்
கட்டமைத்த கூட்டுக்குள்
இளைப்பாறி சுகம் தேடும்
காயினின் கருக்கள்.
அதிகாலை பிறக்குமுன்னே
ஆபேல்களின் இரத்தம்
வீதியெங்கும் தெறித்தபடி.
பாகாலின், மனுவின் மந்திரங்கள்
தந்திரங்களாகி கோவணத்தை உரியும்
அம்மணமாகியும்
அறிய மறுக்கும்
பட்டம் வாங்கிய மரமண்டை!

பள்ளிக்குப் போகாத முரட்டு எசக்கியோ
கோவக்கார மாடனோ,
ஒரு பத்திரகாளியோ வருவர்
பாசிசத்தின் வயிறு கீறி
குடலுருவி மாலைபோட.

## பத்தாயமும் பாச்சா பல்லிகளும்

அப்பாவுக்கு
கல்யாணப் பரிசாய்த்
தாத்தா கொடுத்த பத்தாயம்
தாத்தாவாய் விளைந்த
கறுத்த பலாமரத்தில்...

வயல் அறுத்து
தலையடி நெல்லை உலர்த்தி
ஆனி ஆடி மழை காலத்திற்கென்று
பத்திரமாய் பத்தாயத்தில் வைத்தபடி அப்பா!

இராத்திரி பத்தாயத்து மேலத்தான்
அப்பா நெஞ்சுமேல படுத்துக் கதகேட்டு
ஒண்ணுக்கு அடிச்சபடியே அயர்ந்த தூக்கம்.
காலையில, நெல்லை ஈரமாக்கிட்டதா
அம்மா போடுவா சத்தம்.

அப்போ எட்டு வயசிருக்கும்
பெரியம்மை நோய்க்குத்
தடுப்பூசிப்போட வந்தார்
உருக்குத்துக்காரர்;
உருக்குத்து படாமல் காப்பாற்ற
புதிய வழியொன்று செய்தான் அண்ணன்.

பாதி நெல்நிறைந்து கிடந்த
பத்தாயத்திற்குள் இறங்கச் சொல்லி
கால்களை மடக்கி உட்காரவைத்து,
பத்தாயத்தை மூடி
அதற்குமேல் ஓலைப் பாயை விரித்து
வடக்குவாசல் வழி ஓடியபடியே ...

உருக்குத்துப் பயம் எனைத்தழுவ
கீறல் விழுந்திருந்த பத்தாய இடையில்
மூக்கை வைத்தபடியே
மூச்சு வாங்க முடியாமல் திணறல்.

மேக்குப்புறத்து வாய்க்காலுக்குக்
குளிக்கப்போன அக்கா அழைக்க,
பத்தாயத்துக்குள்ள இருக்கேன்னு குரல்.
ஏதோ முனகல்கேட்டு
பாய்நீக்கித் திறந்தாள் பத்தாயத்தை.
வெளியே வந்தேன் பூதம்போல்!

அப்பபடி
நெல்லுபோட்டடப் பத்தாயத்தில்
இப்போ பல்லியும் பாச்சாயும்!

## ஆசான்

மின்னல் வேகத்தில்
ஓடி விளையாடும் வயது
கழுத்திலும் விலாவிலும் குத்து
வாட்டச் சாட்டமான ஆசான் உடம்பு
விழுந்து மடங்கிக் கிடந்தது
இரத்தம் கொஞ்சம் தூரத்திற்குப் பாய்ந்தோடியபடி.

சிலம்பம், களரி, அடிமுறை, வர்மம்
ஒளிவு மறைவு மந்திரம் தந்திரமெல்லாம்
தெரிந்த ஆறடி உயர ஆசான்
சரிந்தது விளங்காததாகவே இருந்தது

கொலை நடந்த இடம்
அதே இடம்தான்
மூடிப்போட்டிருந்தார்கள்
நடந்த உண்மையைப் போல்!

## பாரச்சிலுவை

சிலுவை சுமக்க
ஆள்பிடிக்க அலைந்தபடியே
மதகுருமார்களும்
சட்டம்பிகளும்.

இயேசுவின் சீடர் கூட்டம்
அசுர வேகத்தில் ஓடுகிறது
பிடிகொடுத்துவிடக் கூடாதென்ற
ஆவேசத்தில்!

நமக்கேன் வம்பென்று
ஒதுங்கிக் கொண்டன
எல்லா கொடிக்கம்பங்களும்.

மதக்கூடங்களிலெல்லாம்
வெள்ளைக் கொடியேற்றியிருக்கிறார்கள்
சமாதானம் செய்து
சிலுவை சுமப்பதிலிருந்து
தப்பித்தல் நிமித்தமாய்.

சிலுவையின் கனத்திற்குச்
சாட்சி சொல்ல
எவனாவதொருவன் தோளில்
சுமத்திவிட வேண்டுமென்று
மீண்டும் மீண்டும்
வலைபோடுகின்றது
அதிகார வர்க்கம்.

கடைசியாய்ப்
புறவினத்தானென்று
ஊருக்குப் புறம்பே எறியப்பட்ட
சீமோன்களைத் துரத்துகிறார்கள்.

ஓட முடியாத சீமோன்கள்
பிடிக்கப்பட்டு
தோளில் சிலுவை சுமத்தப்படுகிறார்கள்...
பாரச் சிலுவை
பாவப்பட்ட மக்களின்
தோள்களில்!

## காணாமல் போன மணி

உயிரில்லை;
மனிதர்களை இயக்கும்.
அருகில் வருவதில்லை;
ஆணையிடும்.
வார்த்தைகளில்லை;
கூட்டம் சேர்க்கும்
எல்லா இடங்களிலும் மணி.

ஐம்பொன்னுடன் சேர்க்கும்
வெங்கலத்தில் செய்த மணி.
ஸ்டீபன் சாமியார் வாங்கிச்
சுமந்து வந்த மணி
தோசைபோல் வட்ட மணி.

மூவாயிரம் மாணவர் காதுகளைத்
துளைத்த மணி.
சுற்றுவட்டார மணிகளில்
சிறந்த மணி.
அதிசயித்துப் புகழ்ந்தார்கள்
எங்கள் பள்ளி மணியை!

நற்செய்தி போதித்தபடியே
கடவுளை வணங்கி
மணியைத் தொடும் மரியதாசன்;
காமெடி கதையினூடாக
கலகலக்க வைக்கும் ஜேம்ஸ்;
அன்பும் கருணையும் நிறைந்த முகமாய்
செடிகளையும் நேசித்த சுவாமிதாஸ்;
நகைச்சுவையும் பாடலும்

ஒன்றையொன்று கட்டியணைக்க
சிரித்த முகமாய் நிற்கும்
தமிழ்ச்செல்வன்;
ஓயாது உழைக்கும்
ஊரெல்லாம் ஓடித்திரியும்
ஏசு மரியான்;
இவர்களெல்லாம் அடித்த மணி.

ஐம்பத்தைந்து வருடமாய்
மாணவர்களை ஓட வைத்த,
பிரார்த்தனை செய்ய வைத்த,
வகுப்பறைக்குள் நுழைய வைத்த,
சாப்பிட வைத்த,
தேர்வு எழுத வைத்த,
தேர்வை முடித்து வைத்த மணி,
ஒருநாளில் காணாமல் போனது.

ஒரு மைல் தூரம் கேட்கும்
மணிச் சத்தம்.
ஆனாலும்
பிடிபடவில்லை கள்ளன்!

## ராப்பாடியின் உடுக்கை

நடு இரவானால்
ராப்பாடியின் உடுக்கை
ஓயாமல் அடிக்கும்.
வீட்டைக் கடந்து போனாலும்
நீண்ட நேரம்
அந்த விபரீதத்தின் ஒலி கேட்கிறது...

ராப்பாடி இரவில் சொல்வதெல்லாம்
அவரது சொந்த சரக்கில்லையாம்
ஊருக்கு நிகழப்போவதை
ராப்பாடியின் நாவிலேறி
ஏதோவொரு தேவதை
புதிராய்ச் சொல்வாளாம்!

ராப்பாடி கடந்த மாதம்
சொன்னதைப் போல்
போகிற போக்கில்
யாரையோ எச்சரித்தபடி...
யாருக்கு எச்சரிக்கை,
புரியவில்லை!

அடுத்த வீட்டுக் கிழவியின் மூச்சு
உடுக்கைச் சத்தத்தையும் மீறி
வாளால் மரத்தை அறுப்பதாய்
நீண்டு ஒலிக்கிறது.
ஒருவேளை
கடைசி மூச்சை இழுக்கிறாளோ?
போன மாதமும்
இப்படித்தான் இழுத்தாள்
ஒன்றும் நடக்கவில்லை!

எதுவும் புரியாத நாய்கள்
ராப்பாடியின்
பின்னாலேயே ஓடுகின்றன
வாய் வலிக்காமல் குரைக்கின்றன
இருந்தும்
ராப்பாடியைத் தொட முடியவில்லை!

### பனைமரம் பேசிய கதை

அதிகாலையில் எழுந்து
வெளியே வந்த என்னை
நடு விளையில் நின்ற
இரட்டைப் பனைமரங்கள்
அருகில் அழைத்தன.

அலுவாச்சியோடு
ஆண் பனையும்
நுங்குக் குலைகளோடு
பெண் பனையுமாய்...

தாத்தா தொடங்கி
மூன்றாம் தலைமுறையாய்
அக்கானி அமுதம் தரும் அன்னை மரம்.
பனையேற ஆள் இல்லாதபோதும்
நுங்குக் குலைகள் தந்த கற்பகமரம்
நுங்குக் காலம் கடந்தால்
பனம்பழம் தந்த தெய்வமரம்.
சுவடிக்கு ஓலை
வீட்டருகே இடிதாங்கி
காற்றை சலவை செய்யும்
இலவச இயந்திரமென
மனிதர்களைக் காக்கும் அரசமரம்
இது மூவேந்தர்களின் தேசியமரம்.

பெண்ணை இவர்களது ஆதிப் பெயர்
பிறர் வளர்ச்சியைத் தடுப்பதில்லை
நிற்கும் திசையில்
ஆழிப்பேரலை மேலோங்குவதில்லை
பனை வேரின் போக்கு அறிந்தால்
நீரின் போக்கு தெரியலாம்

காற்றில் அசையும் பனையோலைகள்
அதிசய ராகம் இசைக்கும்
காவோலை சரசரத்துப் பாடும்
தலைகீழாய்த் தொங்கும் வவ்வால்கள்
அரசியல் தலைவர்களை ஞாபகமூட்டும்.

அருகில் போய்
மரமரத்தப் பட்டைகளைத் தடவியவாறே
அண்ணார்ந்து பார்த்தேன்
பச்சைப் பசேலென்று சிரிக்கும்
பனையோலைகள் கண்ணீர் சிந்தின;
கூராம்பாளை முறைத்தது.

நேற்று வியாபாரிகள் வந்து பேசியதை
விலைக்கு நான் தர்க்கம் செய்ததை
கேட்டிருக்குமோ?
கேட்டிருக்கலாம் ...

உலர்ந்த அலுவாச்சியால்
என்னை எறிந்தது
அலவுப் பனை.
பனம்பழத்தை பொத்தென்று போட்டு
எதிர்ப்பைத் தெரிவித்தது
பெண் பனை.

ஏதோவொரு சுழல் காற்று;
காது கிழியும் அலவறச்சத்தம்
காக்காய்களின் அழுகை
குயில்களின் முகாரி பாட்டு
வவ்வால்களின் ஓலம்
இவற்றிற்கிடையில்
கர்ஜித்தன பனைகள்.

## சூட்டு

மின்சாரம்
கிராமங்களை முத்தமிடாத காலம் அது.
இரவு வெளியே செல்ல
நாலைந்து காய்ந்த
தும்போலையை எடுத்துச்
சுற்றிக்கட்டி
சூட்டு கொளுத்துவார் அப்பா.

இரவு முழுவதும் கிழங்கு உடைக்கும்போதும்
பனை மட்டையை அடித்து தும்பாக்கையிலும்
சூட்டைக் கொளுத்தி
நட்டுண்ணு நாட்டி வைப்பார்.

தொலைதூரங்களுக்குச் சென்றுவிட்டு
இரவு கால்நடையாய்
ஊர் திரும்பும் கிராமத்து சனங்கள்
சூட்டுக் கொளுத்திவிட்டு
அணையாமல் இருக்க
அங்கும் இங்குமாய் அசைத்தபடி
கதைபேசி காததூரம் கடப்பர்.
பள்ளிக்கூட விடுமுறையில்
மாமா வீடு சென்றபோது
சுவாரசியமாய்
யாரிடமோ சொல்லிக் கொண்டிருந்தார்
சூட்டுக் கதையொன்றை ...

நள்ளிரவு பதினொரு மணிக்கு
ஆணும் பெண்ணுமாய் இருவர்
வீட்டு முற்றத்தில் நின்று
அக்கா அக்காவென்று அழைக்க
பூட்டாத வீட்டுக்கதவை நீக்கிப் பார்த்து
அத்தையின் விழிகள் விரிய
ராத்திரிக்கு தங்க முடியுமா என்றாளாம்.
மாமி மகள் வீட்டிலேற்றாதேயென்று
அலவற அலாரம் அடிக்க
விழித்தெழுந்து வந்த மாமாவிடம்
வீடு அஞ்சு மைல் தாள வயலங்கரை
இருட்டில் போகமுடியாதென்று கெஞ்ச
ஐந்தாறு தென்னை தும்போலையில்
நீண்ட சூட்டு கட்டி
தீ கொளுத்திக் கொடுத்தார்.
முகம் சுழித்தபடி வாங்கிய சோடி
நாலைந்து வயல்கள் தாண்டி
வாழைத் தோட்டத்தில் நுழைந்ததும்
சூட்டை அணைத்து மறைந்தனர்.

யாரென்று இதுவரை பிடிபடவில்லை
என்ற மாமாவிடம்
அத்தை மகள் சொன்னாள்
எசக்கியும் மாடனும்!

## தெரு நாயும் ஊளையும்

அது
ஊர்த்தலைவனின் அடிவருடி;
எச்சிலைச் சாப்பிடுவதால்
குரைக்கக்கூடத் தெரியாத நரைநாய்;
தலைகால் புரியாமல் துள்ளும்
சளுவாய் வடித்தபடி ஊளையிடும்
சாக்கடையில் புரளும்;
ராத்திரியில் ஊளையிடத் தெம்பில்லாமல்
புண்ணாகிச் சீழ்வடியும்
வாலை அசைத்தபடி
தெருக்கோடியில் மல்லாந்து கிடக்கும்.

தெருநாய் கூட்டம் வந்தால்
மெல்ல எழுந்து பின்னால் போய்
கடி பிடி நடத்தும்
மீண்டும் அணைத்துச் சுகம்காணும்;
மனிதர்கள் வந்தால்
முயன்று உறுமும்
மகான்களைக் கண்டால்
ஒன்று சேர்ந்து துரத்தும்
எதிர்த்தால் பதறி ஓடும்.

எப்போதும் ஊளையிடுகிற
சளுவாய் வடிக்கிற
கண்ணைத் துருத்தியபடி திரியும்
அந்த நாய்க்கு
கிறுக்குப்பிடித்து விட்டதாய்
ஊரார் நினைப்பு!

**கனவு**

ஒரு சிட்டுக்குருவியாய்க் கள்ளமின்றி
பறக்கிறது குதிரை;
மலைகளிலும் முகடுகளிலும்
காடுகளின் ஊடாகவும்
மலர்ந்தும் நிமிர்ந்தும்!

கோவில் உச்சிகளிலும்
மசூதி முகப்புகளிலும்
ஆலயக் கோபுரங்களிலும்
அளவற்ற சுதந்திரத்தோடும்
ஆனந்த மகிழ்வோடும்.

காதலியின் வீட்டு மொட்டைமாடியிலும்
வீட்டுப் பூந்தோட்டத்திலும்
காமமின்றி காதலில் நிறைந்து ஓடுகிறது.

அவள் கொல்லைப்புறத்தில் ஓடும்
வாய்க்கால் நீரோடையிலும்
வள்ளியாற்று பெரும்நதியிலும்
காலம் கணக்கிடாத பெருங்குளக்கரையிலும்
ஆள் உயர அலையடிக்கும் கடலிலும்
நீர்மூழ்கிக் கப்பலாய் நுழைந்து தரிசிக்கிறது
கடைசியில் உன் கண்ணீர்த்துளி பட்டதும்
செத்தது கனவு!

### உதிர்ந்த சருகு

தின்று சீரணிக்காத பலகாரம்
ஏப்பமிட்டு உறுத்துகிறது.
எண்ணெய்ப் பசை போல்
எண்ணப் பசை ரத்த ஓட்டத்தைத் தடுக்கிறது.
என்ன சொல்லி அழவென்றும்
என்ன சொல்லி ஆனந்திக்கலாமென்றும்
முடியாமல் திணறுகிறது கிழட்டு உயிர்!

இனி ஒருக்காலும் கிட்டாத அந்த நாளை,
மழை வெள்ளம் கொண்டு போன நெல்லை,
நினைத்துத் தொலைக்கிறது
காளான் கூடுகட்டிக் கிடக்கும் மனம்.

நடந்து போன அந்தத் தடங்களில்
தேங்கிக் கிடக்கிறது கண்ணீர்
தலையணையின் வெள்ளை உறையில்
இரத்தப் படிமங்கள்!

கொண்டுவந்திருக்கும் காதல் புதையல்
உன்னை பொருத்தமட்டில் உதிர்ந்த சருகுதான்
இந்தக் கிழட்டு வயதில்!

## மரணத்தை வாசித்தல்

மழைத்துளிகளின் இழப்பில்
இலைகள் மரணம்
இலைகளின் உதிர்தலில்
கிளைகள் மரணம்
கிளைகளின் உலர்தலில்
மரம் மரணம்
மரங்களின் மரணத்தில்
நானும் நீயும் மரணம்.

### காளியம்மாவும் காஜாபீடியும்

இடுப்பில் வெள்ளை வேட்டி
மார்புக்கு வெள்ளை ஜாக்கெட்
தோளில் வெள்ளைத் துண்டு
ஆறடி உயரம்
கறுப்பு வைரமாய் முகம்.
உழைத்து உழைத்து மெலிந்த தேகம்
உதிர்ந்த மிச்சமாய்
ஒரு பிடி தலைமுடி கொண்டை
உதட்டில் புகையும் காஜா பீடி
இவைகளோடு
தினமும் உழைக்கும் காளியம்மா.

வழியோரத்தில் அடிக்கடி துப்பியபடி
நாலு நாயர் வீட்டுக்கு தண்ணீர் சுமந்து
உரலில் மாவு இடித்து
வீடும் பாத்திரமும் கூட கழுவுவாள்
பெற்ற பிள்ளைகள் வயிறு நிரப்ப.

காலையில் மிக்கேல் சம்மனசு கோவிலில்
சாஸ்டாங்கமாய் விழுந்து
வணங்கிப் போகும் காளியம்மா
மாலையில் கைலாசத்தில் வணங்குவாள் சிவனை!

காளியம்மா தண்ணீர் சுமப்பது
இப்போதைய கதை;
ஒரு காலத்தில்
காளியம்மா பத்து டாக்டருக்கு சமம்.
சுத்தி பத்து கிராமத்துக்கும்
ஆயிரத்துக்கு மேல்
பிரசவம் பார்த்த மருத்துவச்சி
வயிறு கீறி குழந்தை எடுப்பதில்
சுகம் கண்டதால்
காளியம்மைக்கு இப்போது வேலையில்லை.
என்னையும் சேர்த்து
என் தாய்க்கு ஏழு பிரசவம் பார்த்தவர்.

நாயர் வீட்டுப் பிறப்பில்
வயசுக்கு வந்து பொண்ணுக மினுங்கையில்
கிழடுதட்டி பாடையில் போகையில்
ஒத்தையா நின்று காரியம் செய்வா,
தீட்டு கழிப்பா.

அம்மிங்கிரு வயத்துக்குள்ளிருந்து
இழுத்து வெளியே எடுத்து
விஷக்கொடி அறுத்து
காளியம்மா தலைகீழாத் தூக்கிப் பிடித்தக்
குட்டி குழந்தையும்
மூக்குபாய்ச்சபடி காளிண்ணு
பெயர் சொல்லிக் கூப்பிடுகையில்
அதுகள நெத்தியில் தடவியபடி
சிரித்த முகமாய்ப் போவார்!

ஐம்பது வருடம் கணவன் இல்லாமலே
ஏழு பிள்ளைகளை வளர்த்த காளியம்மா
எண்பத்துநாலாம் வயதில்

காற்றோடு காற்றானாள்
ஒடித்துப் போட்ட ரப்பர் சுள்ளியாய்
நெடுங்கிடையாய் கிடக்க
கம்யுனிஸ்ட் கட்சி தோழராய்
சிவப்புத் துணியால் போர்த்தியபடியே...

பீடியின் சூட்டில் கருத்த உதடு
ஓய்வெடுத்த அந்தத் தருணம்
இளையமகன் ரமேஷுனுக்காய்
காளியம்மாவின் வற்றிப்போன உடல்
காத்துக் கிடந்தது ஓரிரவு!
மறுநாள் வெயில் தாண்டிய நிலவு வெளியில்
நாடார் பெண்ணைக் காதலித்துக் கைபிடித்து
கிறித்தவரானதற்காய் ஒதுக்கியெறிந்த மூத்த மகன்
நெருப்பால் நனைத்தார்
காளியம்மா உடலை.

தட்டான் குளக்கரையில் காளியம்மா எரிகையில்
ஒரு நூற்றாண்டுக்கான காஜா பீடியும்
சேர்த்தே புகைத்ததாய் நினைவு;
விடாது பற்றிப்படர்ந்து
கொழுப்பேறிக் கிடந்த
விஷச்செடியருகே நின்ற கூட்டம் சொன்னது
அம்பட்டச்சி காளி எரிகிறாளென்று!

## காட்டாளம்மன்

காட்டுப்பகுதியில்
பொன்னகைப் பறித்து
வன்புணர்ச்சி செய்து
கொன்று புதைத்தது கும்பல்.

பொன்னாத்தாளின் ஆவி
உயிர்குடிக்க அலைவதாய்ச் சொல்லி
ஊர்முழுக்க இரத்தம் உறைந்தது.
வயலுக்குப் போறவங்களை
வழிமறித்து குரல்வளையைப் பிடிப்பதாய்
அலறல் சத்தம்.

பொன்னாத்தாளைச் சமாதானப்படுத்த
கருங்கோழியடித்து இரத்தம் குடித்து
அம்மனாக்கினான் மந்திரவாதி.
காலவெள்ளத்தில்
சாந்த சொரூபமாய்
அம்பாளானாள்!

## வெள்ளை சாகிப்பு

சனி போய் ஞாயிறு விடிந்தால்
வீட்டில் சந்தோஷம்.
காலை ஏழு மணிக்கெல்லாம்
வெள்ளை சாகிப்பு
சைக்கிளின் மணியோசை ...
அந்த ஒலி ஆட்டு இறச்சியென்று அழைக்கும்.

அப்பாவும் வெள்ளை சாய்ப்பும் காக்காவென்று
கட்டிப்பிடித்துக் கொள்வர்.
பனையோலைக் கடவப்பெட்டியில்
அப்பா விற்ற கிடா
ஆட்டிறச்சியாய் மணக்கும்.

தராசுத்தட்டில் இறச்சியை வைத்தபடி,
எட்டிப் பார்க்கும் என் வாய்க்கு
நெய் துண்டு.
பச்சையாய்த் தின்ற ருசியில்
அதற்காகவே காத்திருப்பு தவம்.
ஆட்டின் நான்கு கால்களும் அப்பாவுக்கு!

பூர்வகால கதையெல்லாம் பேசும் நாளில்
அப்பாவின் மலையாளத் தெறிப்புக் கவிதைகள்
அவிழ்ந்து தெறித்து
வெள்ளை சாகிப்பின் இறச்சிக் கடவத்தை நிறைக்கும்.
கூடவே எங்கள் வீட்டு பலாப்பழமும் மாம்பழமும்!

அப்பாவின் உயிர்
ஆண்டவரோடு தஞ்சமான பிறகும்
ஆட்டின் இறச்சி
நான்கு கால்கள்
வாயில் போட்டுத் தரும் நெய்
பல வாரம் தொடர்ந்தது...
நாங்கள் கடனாளியெனத் தடுத்த பிறகும்
நிறுத்தவில்லை.
இந்தக் கடனாளி சாகிறவரை தொடருமென
சைக்கிளை உருட்டினார் வெள்ளை சாகிப்பு.

**கறுப்பு**

போட்டிக்குப் போகுமிடமெல்லாம்
பள்ளிக்குச் சுழற்கோப்பையோடு வரும் மாணவி
சிறப்பு விருந்தினரை வரவேற்று
பூத் தூவ
கைதட்டி வருக வருக சொல்ல
போன வேகத்தில்
திரும்பி வந்தாள் கலங்கியபடி;
ஏனென்றேன்
'கருப்பு நிறம்!'
கண்களில் கண்ணீர் அணை.

கறுப்பி வாங்கிக் குவித்த
சாதனைக் கோப்பைகள்
மட்டும்
அவளுக்காய்க் கண்ணீர் விட்டன
தலைமையாசிரியர் அறையில்!

## மரியம்மாவும் சிலுவைப்பாடும்

ஊரில் எல்லா பயலும் மோண்ட துணி
எவள் எவளுக்கயோ தீட்டுகாலத் துணி
நோய் பிடிச்சு செத்துப்போனவர் துணி
எல்லா எளவையும் வாரிச் சுருட்டி
வெள்ளாவி அடுப்பு போட்டு
வேக வைப்பா மரியம்மா!

வெந்து முடிஞ்சதும் சுடுநீர் வடிய வடிய
நடுவாய்க்கால் துணியடி கடவுக்குச்
சுமந்து வருவார் தாசன் அண்ணன்.
வாளி நிறைய முந்தினநாள் கஞ்சித்தண்ணியைச்
சுமந்தபடி பின் நடப்பார் மரியம்மா.
வாய்க்கால் கரையில் துணிக்கட்டை இறக்கி
அகலப்பாறையைக் கழுவிச் சுத்தப்படுத்தி
அடித்து வெளியேற்றுவர் ஊரின் அழுக்கை.
தலைக்குமேல் தூக்கி அடிக்கையில்
ஊர் அழுக்கெல்லாம் தலையிலும் முகத்திலும்
கோடு கோடாய் வழிந்து அலங்கோலம் போடும்!

அழுக்கு இளக்கிய துணியையெல்லாம்
ஓடும் தண்ணீரில் அலசி
தன் மனசாட்டம் வெள்ளையாக்கி
மரியம்மா கையில் கொடுத்தா,
எல்லா பயலயும் தலைகீழா தொங்கவிடுவா
கயிற்றுக் கொடியில்!

வயிறு காய்வது தெரியாமல்
ஊரார் துணி காய்வதில் கவனம்
மழைக்குமுன் மறுசுமடு கட்டி
மணி மூன்றோ நான்கோ
வீடு வந்தே மதிய உணவு
அரைவயிற்றுக்கு அள்ளிப் போட்டு
துணி தேய்த்து நிமிர்த்தி அழகுசெய்ய
கரிப்பெட்டியில் சிரட்டை கரி பற்றவைப்பார்.
ஊதி ஊதி உயிர்க்காற்றை வெளியேற்ற
கரி வைரம்போல் மின்னும்
நெருப்புச் சுடர்
அங்குமிங்குமசைந்து நடனமாடும்
மரியம்மா மனசு துணி எரியாமலிருக்க
பதறிப்பதறி மன்றாடும்!
எல்லா சாமியையும் வேண்டி
சூட்டுப்பெட்டியைத் துணியில் வைத்தால்
சுருண்டு கிடந்தது நிமிர்ந்து அழகாகும்
எப்போதாவது கனல் தெறிக்கும்
அந்த வாரத்து வரவு மண்ணாப்போகும்.

தலைதெறிக்க வண்டியோட்டும்
பைத்தியங்கள் இடிச்சதுல
மகனையும் கணவனையும் இழந்த
சிலுவைப் பாடுகளினூடேயும்
எழுபது வயது மரியம்மா
விடாம அழுக்குக் குடிக்கிறா
இப்போதும்!

## பாடை

உதிர்ந்த சருகுகளில்
உறைந்து கிடக்கிறது
கண்ணீர்த் துளிகள்...

தேவதைகள் வந்த தேகம்
வரண்டு கிடக்கிறது.
ஒரு கிழவி மட்டும்
இருமிக்கொண்டே படுத்த படுக்கையாய்.
விக்கலில் ஒரு மிடறு தண்ணீர்
சறுக்கலில் 'பாத்து பாத்தென' பரிதவிக்க
பாவப்பட்ட சென்மமவள்!

நீண்டு படுக்க நீளம் தெகையாமல்
முட்டு வளைத்து படுத்தநிலைமாறி
முதுகு கூன் விழுந்து,
சதைப்பற்றுக்கள் மறைந்து
எலும்புக் கூடாகி
பாதி கட்டிலே தேவையற்றநிலை!

அதிகாரச் செருக்கில்
சப்தமிட்ட நாக்கு
அதல பாதாளத்தில்.
எவருக்கும் கொடுக்காமல்
தின்று தீர்த்த வாய்
வாய்க்கரிசிக்காய்...

பூக்களின் மடியில்
கடைசிச் சொட்டை
உறிஞ்சிப்போன வண்டு
பறந்துபோனது.
மூலையில் ஒடுங்கிப்போய்
உயிர் பிடித்து முனங்கும்.
பாரம் எப்போ போகுமென்று
மக்களும் வெட்டியானும்...

பணத்திமிரில்
உறவுகளை உடைத்த மனம்
'பாடை தூக்கவேனும் வருவார்களா?'

## சொல்லியனுப்பு

ரோசாவின் இதழ் மலர்த்தி
ரகசியமாய்ச் சிரித்துப்போன
நாட்களெல்லாம் ஞாபக அலைகள்

வெட்டிய கவிதைத் துண்டில்
வெட்டாத வரிகள் மிளிர்கின்றன...

முந்தானைக்குள்
முகம் மறைத்து நின்ற நாளில்
சொல்லிய தெறிப்புக் கவிதை
ரசவாதம்...

ஆய்வகத்து 'டெஸ்ட் டியூப்'
அமிலம் கலந்த உப்புக்குள்
மூழ்கி முத்தெடுத்த நாளில்
நீ சிரித்த சிரிப்புநுரை
இன்றளவும் வலிகூட்டிச் சிரிக்கிறது...

வாத்தியாரின் பிரம்படியில்
வலியெடுத்து அழுத நாளில்
அன்பு தெளித்துப்போனது
பிரம்பின் தழும்பாய்
இன்னும் வாடவில்லை...

சுருங்கிப்போன தோலில்
ரசித்த பழைய எலுமிச்சை நிறமும்
கறுத்த மச்சப்புள்ளியும் தேடுகிறேன் ...
முற்றத்தில் இலை விழும் சப்தம்
கேட்கும் போதெல்லாம்
எட்டி எட்டிப் பார்க்கிறேன்
ஒருமுறை முற்றத்தில்
விழுவேனென்ற உன்னை!

காது பழுதாகி
காந்தக் கண்கள் செருகிப்போய்
பெரிய பிரேம் கண்ணாடியுடன்
ஒருவேளை நரைத்த தாடி
வழுக்கைத் தலை
மீசை எடுத்த முகம்
இப்படிச் சிலவோடு
ஒரு மூலையில் படுத்துக் கொண்டு
என்னை நினைத்துக் கொண்டிருப்பாய்...

விடைபெறும் நாளில் சொல்லியனுப்பு
வந்துவிடுகிறேன்!

## மிச்சமிருக்கும் வாழ்க்கை

உடல் நடுங்கும்
அறுபது எழுபதுகளில்
உயிர் பிடித்து விளையாடும்
பழுத்த பழங்கள்.
சதை கடந்து மனம் நெருங்கி
மகிழ்ந்து கொண்டாடும் தருணங்களில்
காதல் முழுமதியாய்
இதழ்விரித்துச் சிரிக்கிறது!

யாருமற்ற தருணங்கள்
பயமற்ற இரவுகள்
இளமையின் அதிகார அலறல்கள்
வெடிப்புற்ற கீறல்களிலெல்லாம்
கதைபேசி அடைத்தல்.
திசைமாறிய கால்கள்
இனி வேறுதிசை இல்லையென்று
தீர்மானித்து தினம் தோறும்
பூச்சூட்டும் அந்திமப் பொழுதுகள்
முதல் மாதத்தை நினைவூட்டிய வண்ணம்.

தளர்ந்த கால்களில்
எண்ணெய் போட்டுத் தடவி
வலியகற்றும் வலுவற்ற கையினூடே
வழிந்தோடுகிறது காதல்...

போய்ச் சேருமிடம் தெரிந்ததும்
எதிரெதிர் துருவங்களும்
நகர்ந்து நகர்ந்து ஒரு துருவமாகி,
கிழவனின் குறும்பில்
கிழவியின் பொக்கைவாயில்
செம்பருத்தி சிவக்கும்.

தத்தி நடக்கையில்
ஓடிவரும் கிழவனின் கரம்
இன்னும் சில ஆண்டு
நடக்கத்தரும் நம்பிக்கை.
கனிக்கொன்றை பூப்பதாய்
புருவங்களில் பூக்கள்!

பெற்றவை
தேசம் கடந்தாலும்
ஓடி விளையாடிய
பழைய வீடு
ஒளிந்து களித்த
பழைய பலாமரம்
இளநீ தந்த தென்னை
இன்னும் துணையாய்
மிச்சமிருக்கும் வாழ்க்கையும்!

### காக்காய்

கனவுகளைச் சுமந்தபடி
நாலாதிசையும் அலையுறும் மாடு
ஏதுமற்ற உலகத்தில்
எதைத்தான் தேடி ஓடுகிறதோ?
கடைசியில் நாய் வாலாய்
நிமிர்த்த முடியாத ஏக்கத்தில்
சுருண்டு கொண்டே...

நாள்விட்டு நாள் வலியெடுத்து
மனது சப்தமிடுவதற்கும்
பனித்துளிச் சுமப்பதற்கே
சக்தியற்ற இலையாய்
விறைத்துப் போவதற்கும்
காரணம் விளங்கவில்லை!

நீட்சியற்ற
உறவுகளை நினைத்தும்
ஏமாற்றித் தொலைக்கிற
நட்புகளைப் பார்த்தும்
வெடித்துப் போகிறது இதயம்.
மிச்சமாய்
எதுவும் இல்லாத பட்சத்தில்
ஒரு தலைச்சுமடு மட்டும்
பாரத்தோடு அழுத்தும்.

கொக்குகளைவிட
காக்காய்களே பிடித்தமானவை
கொக்கு அழகுதான்
கரவா கரைந்துண்ணும்
காக்காய் மனம் அழகோ அழகு
மனதழகில்லா உடலழகு
சூடிக்கொள்ள முடியா கள்ளிப்பூ!

மீனிருக்கும் இடமெல்லாம்
தாவிவிடும் கொக்கு
கிடைத்ததெல்லாம்
ஒத்தையாய் முழுங்கி விடும்.
காக்காய் அப்படியல்ல.

காக்காய்க்
கறுப்பென்றுதானே
கிண்டலடிக்கிறீர்கள்?
கறுப்பாய் இருப்பதுவரைதான்
இளமை சிறப்பாய் இருக்கும் தெரியுமா?
காக்காய்கள் அரிதார மனிதர்களாய்
கறுப்புச் சாயம் பூசுவதில்லை.

**பாகவதர்**

எந்த வீடு வந்தாலும் பாடுவார்
பகலில் பால் வடிப்பு
இரவு பாட்டும் நாடகமும்
நாடகத்தில் வேசம்கட்டும் பாகவதர்
அசாத்திய கதைசொல்லியும் கூட.
கதாப்பிரசங்கம் நடத்தினா
கதையும் பாட்டும் காமெடியும்
கலகலக்கும்
கூட்டம் சலசலக்கும்.

கலையில் காட்டும் அழகு
பால்வடிக்கும் ரப்பர் மரத்திலும் தெரியும்
மரத்தின் இருபுறமும் கோடுபோட்டு
ஒரு பக்கக் கோட்டின் தலை தொடங்கி
மறுபக்கக் கோட்டின் தலை வரைக்கும்
கோணச்சரிவு இருபதில்
மரத்திற்குக் காயம் படாமல்
பட்டையை மட்டும் வெட்டியெடுக்கும்
அழகே அழகுதான்!

மூன்றாம் நாளில்
பால் சிரட்டைக்கு கம்பி கட்டி
பால் வழிந்து பாய சில்லு அடித்து
பால்வடிப்பு தொடக்கம்.
குளிர் அடிக்கும் மலைமண்ணில்
கொழுத்த பசுபோல்
பால் வடிக்கும் ரப்பர்
வயல் மண்ணில்
காம்பு வற்றிய தாய்போல்

சொட்டு இடும்.
பாட்டு பாடியபடியே
வாளியில் பால் திரட்டி
தண்ணீரும் அமிலமும் சேர்த்து
பாலுறைய வைப்பார்.

அமிலப் புளிப்பில்
பால் உறைந்து
வெள்ளை அல்வாபோல் காட்சி.
தலைசுமந்து சீட் அடிக்கும்
இயந்திரம் நோக்கி ஓட்டம்.
அடித்து நீட்டி
புகையடுப்புச் சூட்டில் போட்டு
காயவைத்துத் தருவார்.

மாலையானால்
தட்டான் குளத்தில் குளித்து
தோழர்கள் வீடுகளில்
கதையும் பாட்டுமாய்க் கலக்குவார்.
திருமணம் செய்யாத பாகவதருக்கு
கலையும் கூத்தும்தான் மனைவி
சவுந்தர்ராஜனும் ஏ.எம். ராஜாவும்
பாகவதர் ஒற்றைக்குரலில் ஜொலிப்பர்
எங்கள் திராவிட பொன்னாடே
பாடினால் ஏழு தெரு கேட்கும்.
செந்தமிழ் நாடு எனும் போதினிலே
பாடினால் தேனே வந்து பாய்வதாய்த் தோணும்
அன்னையைப் போலொரு தெய்வமில்லை
தொடங்கினால் கண்கள் பனிக்கும்.

எப்போதும் கிண்டலும் கேலியும்
பந்தி வைக்கும் தியாகராஜருக்கு

ஐம்பதில் திருமண ஆசைபிறந்தது
அனாதைக்கு வாழ்வு கொடுத்தார்
எங்கள் ஊர் தாண்டிப் போனார்.

அவ்வப்போது வந்து
பாடிப்போன பாகவதர்
மனைவி இறந்தபிறகு
பாட்டு இல்லை
நாடகம் இல்லை
கேலி கிண்டலில்லை
பின்னொரு காலத்தில்
பாகவதரையும் காணவில்லை.

## சிறைச்சாலை

அதிகாலை நான்குமணிக்கு எழுந்து
அரைகுறையாய்ச் சலித்தபடி
காலைக்கடன்கள் முடித்து
கிடைத்ததைப் பையில் நுழைத்து
ஒரு லாரியைப்போல்
முதுகில் பாரத்தை ஏற்றியபடி
தின்பதற்கு நேரமின்றி வெறும் வயிறோடு
அவசரமாய் அரசு பஸ் பிடித்து
எட்டு மணிக்கு வந்து சேர்ந்தால்
கேட் வாசல் முறைப்போடு
இன்ஸ்பெக்டராய்
சப்இன்ஸ்பெக்டராய்
ஏட்டாய்
போலீசாய் அதிகார உருட்டலில்
ஐந்து மணி கடந்தும்
உயிர் ஊசலாடுகிறது
சிறை கடந்து வீட்டிற்கு வந்தால்
அடுத்த நாளை நினைத்து
மாரடைப்பே வருகிறது!

## ரெத்தினம் தாத்தா...

மகனுக்கு தலைமயிர் தறித்து
மாதம் ஆறாகிறது.
சாக்லேட், பிஸ்கட், கேக்
என பல வகையறாக்கள்
லஞ்சமாய்த் தர உறுதி தந்தும்
சலூனுக்கு வர
சம்மதிக்கவே இல்லை.

அவனுக்கு
ரெத்தினம் தாத்தா என்றால் உயிர்.
ஒன்றரை மாதத்திற்கு
ஒரு முறை அவராகவே
அதிகாலையில் வந்து விடுவார்.
வந்த நோக்கம் புரிந்து,
அவனாகவே போய்
முக்காலியில் உட்கார்ந்துவிடுவான்.

அழகுக்கலை நிபுணரின் கத்தரிக்கோல்
வெட்டி எறியும் வேண்டாத மயிரை.
சவரக் கத்தியில் பிளேடு செருகி
பூனைமுடிகளை மழித்துவிட்டு
'போதுமாடே' என்பார்.
மகன் சிரித்தபடி எழுந்து வந்து
என் சட்டைப் பையைத் துழாவுவான்.

கொடுப்பதை வாங்கிக் கொண்டு
'தாத்தா சாப்பிட்டீங்களா?'
குரலுக்காய்க் காத்து நிற்பார்.
'சாப்பிட்டாச்சு' என்றபடி
அவன் தலையில் தடவிவிடுவார்.

ஒரு மழைநாளிரவு
ரெத்தினம் அண்ணன் மூச்சு
காற்றில் கரைந்த கதை
மூன்று நாளுக்குப் பிறகே
காதில் விழுந்தது.

தலையில் காடு வளர்த்திருந்த மகனிடம்
அவர் வரமாட்டார் இனி.
சலூன் கடையில் முடி வெட்டென்று
அவரின் மகனே சொன்னபோது
நடு வீட்டில்
மாட்டி வைத்திருந்த புகைப்படத்தை
கண்ணெடுக்காமல் பார்த்தபடியே
வேறு வழியற்று
முதன் முதலாய்
சலூன் கடை நோக்கிய படியே...

## மாடுகட்டி குடும்பம்

ஒரு நாள்
தற்செயலாய் அம்மா சொன்னாள்
நமது குடும்பத்தில்
பசு மாடு
காளை மாடு வாழாது.
ஆச்சரியத்தில் விழி விரிய
அம்மாவை பார்த்தேன்.

பனிரெண்டு இணை மாடுகள்
வளர்த்தார்
மாடுகட்டி குடும்பமென்று பேரெடுத்த
உன் அப்பாவின் பாட்டன்.
கல்யாணத்திற்கு
கொட்டு அடித்தபடி
கால்நடையாய் வந்த
மாப்பிளை வீட்டாரால்
மாடுகள் கலைந்து ஓடிவிட்டன.

கோபம் தலைக்கேறி
மாப்பிளையைப் பிடித்து
மாட்டுத் தொழுவத்தில் கட்டிவைத்த
கோபமூக்குக் கிழவன்
அந்திசாயும் நேரத்தில்தான்
அவிழ்த்து விட்டார்.

ஆணும் பெண்ணுமாய்
மண்ணள்ளி தொழுவத்தில் ஏறிந்தபடி
இட்ட சாபம்
இன்னும் தீரவில்லை.

### பாட்டியின் சமையலறை

1

மல்லியும் மிளகும்
சீரகமும் வெந்தயமும்
ஓமமும் வறுத்து
பூண்டு கறிவேப்பிலையோடு அரைத்து
புளி கலந்து
மண் சட்டியில் மீன் சமைத்தால்
ஏழு வீடு மணக்கும்;
ஏழுநாள் கெடாமலிருக்கும்
மூன்றடுக்கு உறியில்...

எலி ஏறும்
பூனை திருடுமென
இரவெல்லாம் அரைத்தூக்கத்தில்
உறியில் கண் வைப்பாள் பாட்டி.

2

சனி ஞாயிறு விடுமுறையில்
பேரமக்கள் வருமென்று
அரிசிப்பானையில் பதுக்கி வைத்திருப்பாள்
கோழி முட்டை.
கடவம் நிறைய கனிந்திருக்கும்
தலையைச் சிலிர்த்தபடி அயனிப்பழம்.
மாம்பழம்

சாக்கில் முண்டியபடி மூலையில்...
கருப்புக்கட்டி
உறியின் இரண்டாம் மாடியில் கண்சிமிட்டும்.
உரலும் உலக்கையும்
தாளமிட்டு இடியிடிக்கும்.

அயனிப்பழமும் மாம்பழமும் தின்று
தேங்காய்ப் பெர பக்கமாய்ச்
சடுகுடு விளையாடி நிற்கையில்
காய்ந்து கொண்டிருக்கும் அக்கானிக்குள்
வெந்து வெடித்து மலரும் மரச்சீனி கிழங்கு...
வெளியே மார்பு விரித்துப்
பனைநார் கட்டிலில்
படுத்திருப்பார்
பனையேறிய களைப்போடு தாத்தா.

3
அலமாரியில் இருக்கும்
அஞ்சறைப் பெட்டியும்
மருந்து டப்பாக்களும்
பாட்டியிடம் நலம் விசாரிக்கும்.
வெற்றிலை இடித்து
தாத்தாவின் வாயில் ஊட்டுகையில்
பாட்டியின் பொக்கை வாய் பார்த்து
இடிகல் விழுந்து விழுந்து சிரிக்கும்.

4
விளையாடி வியர்த்து வந்ததும்
தவுணும் பனங்கிழங்கும்
மனம்போல் தின்போம்
பயினியில் புளியம்பழம் போட்டு
மூன்றுமாதக் கண்காணிப்பில்

புளிப்பயினியாக்கியதை
அருமருந்து மக்காவென்று
தருவாள் பாட்டி.
ஊரு பயக்களெல்லாம் சேர்ந்து தின்போம்
ஒரு வீட்டுப் பிள்ளைகளா!

வீடு திரும்புகையில்
'நேரம் இருட்டுமின்ன போய்ச் சேருங்க
ஏசப்பா எம் பிள்ளைகள காக்கணுமே!'
சத்தமாகச் சொல்லி
சாக்குநிறைய ஏதேதோ கட்டித் தந்துவிடுவாள்
பொக்கை வாய்ச் சிரிப்போடு!

பாட்டி போன பிறகு
தாத்தா வீடு
வெறும் கூடாய்....
அஞ்சறைப் பெட்டியும்
அம்மிக் கல்லும்
உரல் உலக்கையும்
கொல்லைப்புறத்தில்
அநாதையாய்...

# முனி

மரங்களடர்ந்த காடு
காட்டிற்கு நடுவே
பாழடைந்த பங்களா போல் வீடு
வலை பிடித்தும்
கீறல் விழுந்தும்
கீழே விழாமல் நிற்கும்
குகை வீட்டில்
ஞானமுனிவன்
உட்கார்ந்தும்
உலவியபடியும் ...

கழுத்துவரை தலைமுடி
பெரிய பிரேம்போட்ட கண்ணாடி
சவரம்செய்த நீண்ட முகம்
பிரேம்நசீர் மீசை
மெலிந்த தேகம்
இவை முனியின் அடையாளங்கள்.

அறிவு தேடி உள்ளே நுழைந்து
திகட்டத் திகட்ட வரலாறு கேட்டு
வாயடைத்துப்போய் நிற்கையில்
கோப முடிச்சு அவிழ்ந்து
முனி முர்க்கனாகி
உலகைச் சபிப்பார்.

அரசியல்வியாதிகள்
மதவியாதிகள்
வரலாற்றைத் திரிக்கையில்
கலகக்காரனாகி
துப்பாக்கியால்
சுட்டுத்தள்ளுவார்.

குடி தண்ணீர் இல்லாத
குகையில்
பழம்பொருட்கள்
குப்பிகள்
காகிதங்கள்
மலைபோல்
உயர்ந்து கிடக்கும்
நுற்றாண்டு பழமையான
புத்தகங்கள் மௌனமாய்ப் படுத்திருக்கும்
சிற்றிதழ்கள் தினசரிகள்
வார மாத இதழ்கள்
கட்டுக்கட்டாய் சிரித்திருக்கும்
அவ்வப்போது பாம்புகள் ஓடும்
பெருங்குகை நடுவே
முனி அமர்ந்திருப்பார் அச்சமின்றி!

மூன்று வேளை சிறிதாய் வயிறு நிரப்ப
வெளியேறும் முனி
நள்ளிரவு வரை இலக்கியம் பேசுவார்
எல்லோரும் குறட்டைவிடும் நேரம்
முனி உலகைக் காக்க முழித்திருப்பார்
யார் பெயரையோ கிறுக்கிக் கொண்டு!.

## மூப்பனின் சாம்பல்

மண்ணைப் பிளந்து கொண்டு
நெடும்பயணமாய் வேர்...
வளைந்தும் நெளிந்தும் போகிறது
வாடகை உயிர்.
மூப்பனை எரித்த சாம்பலின்
உயிராய்த் தென்னை மரம்.
கொடுங்காற்றில்
அவள் பிடரி பிடித்து இழுக்கிறது
இருள் கடந்துவரும்
மந்திரவாதியின் கரங்கள்!

உடைத்தெறிந்த
பாறையின் உடலில்
ஊசலாடுகிறது
தாத்தனின் உயிர்.
வெட்டுண்ட மரங்களினூடே
பறந்து போகிறது
பாட்டியின் கனவுக் குதிரை.
மூடி மறைத்த ஏரியில் முனகுகிறது
அப்பனின் பெருமூச்சு.

### அலவறச்சத்தம்

மேக்குப்புறத்துக்கு இண்ணைக்கு போகாண்டாம்
புற்று காலனுக்க மொவனக் கொன்னு
மரத்துல கட்டித்தூக்கிப் போட்டிருக்கு
அலற அலற செத்துப்போன ஆவி
மூணு நாள் அங்கேயே சுத்தும்
தம்பி வீட்டுக்குப் போ என்றவர்
ஆதிவைத்தியர் வீட்டுத் திண்ணையில்
கடவப் பெட்டியை இறக்கியபடியே,
விஷயம் அறிஞ்சுதா அம்மிங்கிரே
துள்ளிக் குதிச்சுட்டு திருஞ்ச பயல
பாவிப்பயலுவ எவனோ கொன்னுட்டானுவ!

பயலுக்க கொட்டையை உடச்சிருக்காம்
மர்ம ஸ்தானத்துலயும் அடிவயித்துலயும்
சவுட்டிச் செதச்சிருக்கு.
கொன்னவன் நான்தாண்ணு சொல்லவா போறான்
இதுவும் ஆள் அறியாத லிஸ்டுல போறதுதான்
எல்லாம் ஆண்டவருக்குத்தான் வெளிச்சம்!

இப்பவும் பனைமூட்டு வாய்க்கால் கரையில்
இரவு பனிரெண்டு மணிக்கு
உயிர் போகும்போது போட்ட
அலவறச் சத்தம் கேக்குமுண்ணு சொல்லுறாவ!

## கபடப் பாம்பு

பலரைத் தீண்டியக் கபடப்பாம்பு
ஒருநாள் எலியைத் துரத்தியது
அச்சப்பட்ட எலி
கறையான் புற்றுக்குள் தஞ்சம்.

இரையுள்ள இடத்தில் சாயும் பாம்பு
புற்றுக்குள் மெல்ல நுழைந்து
அகோரப் பசியோடு
எலியைத் தின்று ஏப்பமிட்டது.

புற்றுக்குள்ளிருந்து
இடத்திற்கு ஏற்றாற்போல்
தலை நீட்டிய படி மறுநாளும் ...

இப்போதும்கூட
பாமர எலிகள்
பாம்புகளை வளர்க்கின்றன
பாலூற்றி!

## பிண்டங்கள்!

**1**

உயிரறுந்து போகும் நேர அலறல்
வல்லுறவு கணத்தின் கூச்சல்
தோட்டாக்கள் துளைத்த சத்தம்
அந்தக் கிழவனை
விலங்கிட்டு இழுத்துச் செல்கையில்
எழுந்த அழுகுரல்
எவன் காதிலும் விழவில்லை.

**2**

சிலுவைகள்
சவப்பெட்டிகள் செய்தாயிற்று.
அறைய,
அடக்க,
ஆள் தேடுதல் வேட்டை
மனிதர்களால்!

எதிர்த்து நிற்க
ஆயுதம் ஏந்த
அச்சப்படும் அப்பாவிகள்
மாட்டிக் கொள்வது தொடர்கிறது.

*3*

காலத்தோறும்
முதலைகளும்
பொய் சாட்சி வேதாளங்களுமாய்.

கோவிலை இடித்து
மூன்று நாளில் கட்டுவேனென்றாய்
மன்னனைப் பழித்துரைத்தாய்
மக்களை
அரசுக்கு எதிராகக்
கலகம் செய்யத் தூண்டினாய்
பொய்சாட்சிகளாலானது
உலகு!

*4*

சின்னதாய்ச் சில சலுகைகள்
எலும்புத் துண்டுகள்
எச்சில் பரப்பிய ரொட்டிகள்
உறிஞ்சிக் கொள்வதற்கு
முடைநாற்றப் பானங்கள்
பொய்சாட்சிக்குப் பரிசுகளாய்....

கொலையுண்டுபோகிறான்
நீதி தேவன்;
கண்களை மூடிக்கொண்டன
மனிதப் பிண்டங்கள்!

### சிக்கலில் சாமிகள்

பெரியசாமியும் சின்னசாமியும்
கயிறு முறுக்கினர்
விழுந்தது சிக்கல்.

மூத்த சாமியும் பக்த கோடிகளும்
கயிறு முறுக்கியதில்
தொடர்ந்தது சிக்கல்.

சின்னசாமி இடைபுகுந்து
அங்குமிங்குமாய் முறுக்கியதால்
பெரிதானது சிக்கல்.

சூட்சுமம் தெரியாத பக்தகோடிகள்
கழுத்து கயிற்றுக்குள் !

சில காலம்
சாமியும் பக்தகோடியும்
போட்டி போட்டு
கயிறு முறுக்குதல்.

மறைந்து நின்ற சின்னசாமி
இடைபுகுந்து இடைபுகுந்ததால்
அகோரமானது சிக்கல்.
கடைசியில் அறுந்தது கயிறு !

மூத்தசாமியும்
பக்த கோடிகளும்
விழுந்தன மல்லாந்து
சிரித்தபடி சின்னசாமி.

சின்னசாமி பெரியசாமியாகும்
இன்னொரு சின்னசாமி
இடையில் புகும்
மீண்டும் அறுந்து போகும் கயிறு.

## அம்மணக்காரர்கள்

தெய்வம்
உட்கார்ந்திருந்த நாற்காலி
ஒரு புயல் மழையில்
களவுபோனது.

தேடிப் பார்த்தபோது
ஒரு மனிதன்
உட்கார்ந்தபடி அம்மணமாய்.
வேறு நாற்காலியில் அமர்ந்தபடி
பறித்தெடுக்க விரும்பாத கடவுள்.

மற்றொரு புயல் மழையில்
அந்த அம்மணக்காரனிடமிருந்த
நாற்காலி களவுபோனது.
பழைய இருப்பை நகர்த்தி
அடுத்த அறையில்
தலைகீழாய்ப்போட்டு
அம்மணமாய் உட்கார்ந்தபடியே
இன்னொருவன்.

மீண்டும் புயலும் மழையும்
வந்தபோதெல்லாம்
நாற்காலி களவுபோனது
புதிய புதிய அம்மணக்காரர்கள்
மறித்தும் சரித்தும் உட்கார்ந்தபடியே.

அம்மணக்காரனுக்கெல்லாம்
பல்லும் நாக்கும் நீளம்
கைகளிலும் கால்களிலும்
பதினாறு பதினாறு விரல்கள்
விரல்களில்
ஐந்து அங்குல நீள நகம்
கூடவே
உடலெங்கும் முளைத்திருந்தது
ஏழைகளைப் பார்க்க முடியாதபடி
கண்கள்.

## பூனையின் வீடு

மகனுக்குப் பூனை பிரியம்.
இப்போதெல்லாம்
பூனையைப் படிக்கிறான்
புத்தகம் திறப்பதேயில்லை!

ஒரு பூனை
நான்கு பூனையாகிவிட்டது
அவனுக்கும்,
மனைவியைப்போல்
கறுப்பு பூனையே பிடித்திருக்கிறது.
பூனைக்கு உணவூட்டுவது
தலைசீவுவது
தூக்கிச் சுமப்பது
உறங்க வைப்பதென
மகிழ்ச்சியோடு நகர்கிறது வாழ்வு!

முன்பெல்லாம்
இருசக்கர வாகனத்தின் இருக்கை
செல்லப் பூனைக்கு உறங்குமிடமாயிருந்தது
மகனின் செல்லத்தில்
எமது படுக்கையறையே
பூனைக்கும் படுக்கையறை!

பூனைமுடி
ஆரோக்கியத்திற்கு நல்லதல்லவென
பூனையைத் துரத்தினால்
கோபமும் வந்துவிடுகிறது
பூனையோடு வெளியேறியும் விடுகிறான்

பீரோவை அடைத்து வைக்காவிட்டால்
பீரோவுக்குள்ளேயே
பகல் தூக்கம்.
புத்தக அறையில்
ஒளிந்து விளையாடுகிறது
புத்தகத்தோடு புத்தகமாக.

காலையில் அவசரமாய் எழுந்து
அவசரமாய் கடன் முடித்து
பள்ளிக்கூடம் நோக்கித் திரும்புகையில்
வெளியே வருவதில்லை பூனை
கட்டாயப்படுத்தித் தூக்கி வெளியே விட்டால்
ஏதோ வழியில்
உள்ளே நுழைந்துவிடுகிறது
பகலில்தான்
பூனைக்குச் சுதந்திரமாய் இருக்கிறது வீடு!

பூனையால்
வீடு அசிங்கமாகிறதென்றபோது
கடுத்த முகத்தோடு
தடித்ததொரு வார்த்தை,
அப்பா!
இது பூனையின் வீடு!

### காந்தியின் கண்ணீர் ...

அகிம்சையின் நாயகன் பாடத்தை
அருமையாக நடத்தினார் ஆசிரியர்.
அகிம்சையைக் கடைபிடிப்பதாய்
ஆசிரியர் தலைமையில்
உறுதிமொழி எடுத்தனர்
மாணவர்களுக்கெல்லாம்
மட்டற்ற மகிழ்ச்சி!

மறுநாள்
அகிம்சையின் நாயகன் பாடத்தில்
ஆசிரியர் கேள்விகள் கேட்டார்
பதில் சொல்லாத மாணவர்களுக்குப்
படபடவென
வரிந்து தள்ளினார்
பிரம்பு உடைந்து
துண்டு துண்டானது.
வகுப்பறை சுவரில்
இவற்றையும் பார்த்தபடியே
கண்ணீர் வடித்தார்
காந்தி!

### எங்கேயடி ஒளித்து வைத்திருந்தாய்?

வலிக்கும் கால்களுக்கு
எண்ணெய் தடவுகிறாய்.
கிடக்கும் முடியை அடிக்கடிக்
கோதிப் பார்க்கிறாய்.
மகளின் தலைப் பேன்
தலைக்குள் புகுந்திருக்குமோவென்று
தேடித் தோல்வியுறுகிறாய்.
உறங்கிய பிறகும்
கொசு கடித்துவிடாதிருக்க
விழித்திருந்து
கொலைத்தொழில் புரிகிறாய்.

அவ்வப்போது தலையில்
எண்ணை தேய்த்து விடுகிறாய்.
சுடுநீர் போட்டு
குளிப்பாட்டுகிறாய்.
மீசையில் இருக்கும்
வெள்ளை முடியை
மெல்லமாய் வெட்டி எடுக்கிறாய்
சிலநேரம்
கண்மசியால் கறுப்பாக்குகிறாய்!

ஒரு கறியிலேயே காலம் தள்ளிய நீ
உடல் காக்க
பலசெய்து பந்தி வைக்கிறாய்
சற்று பருமனாக வேண்டுமென்று
நாள்தோறும் நச்சரிக்கிறாய்
வெறியின் வேட்டையாடுதலில் அகப்படாதிருக்க
தலைதெறிக்க ஓடிப்போகாமல்
பதமாய்ப் பதுங்கிக் கொள்கிறாய்!

எத்தனை மணி வரை விழித்திருந்தாலும்
கண்டு கொள்ளாத நீ
மணி பத்தானதும் மின்விளக்கை
அணைத்து விடுகிறாய்
எங்கேயடி ஒளித்து வைத்திருந்தாய்
இத்தனை பாசத்தை
இத்தனை காலம்?

# நீ...!

ஒரு புறாவோடு
வேனிற்காலத்தின்
வேதனை போக்க
தவழ்ந்து வரும்
தென்றலைப் போல்
எழுந்து வந்தவள் நீ.
எழுத்துக்கூட்டிக் காதலைப்
படித்தபோது
வேகமாய் வாசிக்கக் கற்றுத் தந்தவள்
எழுத்துப் பிழையையும்
எழுதாப் பிழையையும்
அழகின் வெளிப்பாடாய் அணுகியவள்.

வெப்ப மூச்சுகளையும்
வேதனைப் பெருமூச்சுகளையும்
சமன் செய்து என்னைச்
சமாதானப் படுத்தியவள்
அரங்கில் நான்
அதிரடிப் பேச்சு நடத்த
உற்சாக பானம் தந்து
உசுப்பேற்றியவள்
என் நரைமுடியை
ரகசியமாய்ப் பிடுங்கிவிட்டு

இளமையின் ரசம் தடவி
அனுப்பியவள்.
நினைக்கும்போதெல்லாம்
வானத்தில் நட்சத்திரமாய்ப் பூப்பவள்
விளையாட்டு வினையாகிறபோது
கோபப்படாமல் சிரித்தவள்
பசிக்கிற போதெல்லாம் ஊட்டிவிட்டு
ஆனந்தத்தோடு அழகு பார்த்தவள்
எல்லாம் எல்லாம் நீ!

## உயிர் நட்சத்திரம்

சில நேரங்களில்
பேசிக் கொண்டே இருக்க
மற்றொரு நேரம்
பேசிக் கழுத்தறுப்பதாய்
எண்ணம்;

சிலநேரங்களில்
பேச்சை நிறுத்திவிட்டாளே
ஏக்கம்.
பல நேரங்களில்
எப்போது நிறுத்துவாள்
அங்கலாய்க்கும் மனம்;

சில நேரங்களில்
மவுனம் அழகாய்.
பல நேரங்களில்
மவுனம் வெறுப்பாய்;

சில நேரங்களில்
அரட்டை இனிப்பாய்
பல நேரங்களில்
ஆழ்ந்த உரையும் கசப்பாய்;

மவுனம் சலசலப்பு
நதிக்கு அழகு.

மின்னல் வெளிச்சம்
வானத்திற்குக் கிடைத்த வரம்.

இடியும் மழையும்
மண்ணின் எதிர்பார்ப்பு.

அலை ஆர்ப்பரிப்பு
கடலுக்கு அர்த்தம்.

பாறை மரம்
மலைக்கு அடையாளம்.

வசந்தகாலப் பூக்கள்
பூமியின் நட்சத்திரங்கள்.

இவையனைத்தையும்
கடவுளிடம் விற்று
உலவுமோர் உயிர் நட்சத்திரம் வாங்கினேன்
அவளன்றோ நீ!

## நாற்காலியின் புலம்பல்

இந்த நாட்டில் புரளும்
லஞ்சப்பணத்தின் முழுக்கணக்கும்
எங்களுக்கும் தெரியும்.
நாங்கள் வாய் திறந்தால்
பலரது பாவங்கள் வெளியே!

ஒரு காலத்தில்
கோவிலுக்குள் இருக்கின்ற உணர்வு
இன்றோ குப்பைகளோடு குடும்பம்.

அன்று மக்கள் குறைகள்
கையெழுத்தாகும் வந்த வேகத்தில்;
இன்றோ கையூட்டுக்காய்
காத்துக் கிடக்கும் மாதக்கணக்கில்!

சீக்கிரமே
எங்கள் ஏசுக்களை
தலைமைக் குருக்கள்
அறைந்து விடுகிறார்கள் சிலுவையில்!

இந்நாட்டு அடிமைகளாய்
நாங்களும் பாவப்பட்ட ஜென்மங்கள்
சுமக்க வேண்டியிருக்கிறது
எவன் ஏறினாலும்!

## முளைவிடுதல்...

இரத்தமும் நீரும் சொட்ட
வீணையின் நரம்புகளை
ஒவ்வொன்றாய் அறுத்தெறிந்தாய்
இரக்கமின்றி.
அலறலைக் கண்டுகொள்ளாமல்
முதுகுத் தோலை உரித்தாய்.
சவரம் செய்த முகத்தில்
முடி முளைப்பதுபோல்
மீண்டும் மீண்டும்
முளைத்து இசையானேன்.

பிடுங்குவதை நிறுத்தமாட்டாய்
முளைவிடுவதையும் நிறுத்தமாட்டேன்
பிராயிலர் அல்ல,
நாட்டுக்கோழி
இறகின் இழப்பிற்கு அஞ்சாது.

## தரகர்களும் நடிகர்களும்

சிங்கத்தின் பிடரி தரித்து
புலியின் பல் தைத்து
நரியின் சிரிப்போடு
மயக்கியும் பயமுறுத்தியபடியும்
அன்றாடம் நடிக்கிறது
ஒரு கூட்டம்...

வேசம் கட்டுவதில்
வெட்கமோ தயக்கமோ
வராத அளவுக்கு
தடித்த தோல்கள்.

இடம் கண்டு குழைய
நிலை கண்டு காலை வார
தேவை நினைத்து பல்லிளிக்க
படித்தது எப்படியோ?

ஆண்களும் சேலை கட்டுகிறார்கள்
பெண்கள் வேட்டி கட்டி
முதுகு விரித்து
மார்பு நெளித்து
ஆணாகவும் மாறிவிட்டார்கள்.

நாடகம் நிலை கொள்ளாமல் தொடர்கிறது
எந்த தருணத்தில் சுருங்கும்
எந்த கணத்தில் வெடிக்கும்?

சுடுகாட்டில் பிண வியாபாரம்
அமோகமாய்
தரகர்களும் வியாபாரிகளும்
அரிதாரம் பூசியபடியே.

இப்போதெல்லாம்
ஆண்டவனுக்கும் அரிதாரம் பூசி
கட்டாயப்படுத்துகிறார்கள்
நடிக்கச் சொல்லி.

தரகர்களின் நடிப்பில்
மலிந்து கிடக்கின்றன
பிணங்கள்!

# கிருமிகள்

*1*
மதமேற்றி மதமேற்றி
ஓநாய்களாக்கப்பட்ட
மனிதக் குரங்குகள்
ஆடுகளின்
ரத்தம் குடித்துப் பசியாறுகின்றன.

*2*
வல்லரசுகளின்
அதிகார நெருப்பில்
எரிந்து மடிகின்றன
எண்ணெய்க் கிணறுகள்!

*3*
நீண்டகால பேயாட்டம்
மெல்ல மெல்ல அடங்கியது
சாமி கருவறைக்குள் போனதும்.

*4*
பலருக்கும் தெரியவில்லை
நெளிவதையும் குழைவதையும்
படமெடுத்து ஆடுதலையும்
குணமாய்க் கொண்ட
விஷப்பாம்பின் கதை.

## அன்புள்ள ஏவாளுக்கு...

ஆப்பிளை அறிமுகம் செய்த ஏவாளே!
குரல்வளைத் தெறிப்பே
உயிர்க் கூட்டை ஒழித்து வைத்திருப்பவளே
இன்னும் எதற்கு மெய் தீண்டி
மெய் போக்குகிறாய்?

விலா எலும்பே,
நினைவைத் தின்பவளே
ஆதி சென்மத்தின்
ஆணென்றறிந்து மயங்கியவளே
தெலைதூரத்திற்குத்
தூக்கிப் பறந்தவளே
சாராயத்தின் மயக்கம்
சாம்புராணியின் புகை மூட்டம்
இன்னும் தந்தபடி...

நீ இயற்கையை
அணிந்து கொண்ட தேவதை
மலைகளின் அரசி
காடுகளின் குளுமை
பூக்களின் மணம்
நீரோடைகளின் இனிமை
உலகின் உயிர் நாதம்.

சப்தமிடாமல் வா
கொலுசு கழற்று
காது குழை நீக்கு
சிரித்துவிடாதே
சிட்டுக்குருவி பறந்துவிடப்போகிறது...!

## கடவுளின் மகன்

'வயிற்றில் ஒரு பருக்கைக்கூட இல்லை'
கடவுளின் தேசத்தில்
ஆதிக்க வர்க்கம்
அடித்துக் கொன்ற
அற்றபாடி ஆதிவாசி மதுவின்
பிரேதப் பரிசோதனை அறிக்கை.

வேலையும் வருமானமுமின்றி
வயிறு ஒட்டிய வயதான தாய்
இளையதாய்ப் பிறந்த மூன்றுபேர்
மூன்று நாளாய் வறண்ட வயிறுகளுக்கு
ஒரு கிலோ அளவுக்கு அரிசி
நூறு கிராம் மிளகு மல்லி
ஐந்தாறு வெங்காயம்
இவை சகிதமாய் நெடும் ஓட்டம்.

மலைவரைக்கும் ஓடி
சமையல் தொடங்கும் வேளையில்
பிடித்துத் தரதரவென்று இழுத்து
அரையாடையோடு
கடைவாசலில் நிறுத்தி
கோடி திருடியவன் தலைமையில்
நீதி விசாரணை.

கட்டிவைத்து அடியுங்கள்
கல்லால் எறியுங்கள்
விபச்சாரத்தில் பிடிபட்ட மரிய மதலேனை
கல்லெறியக் கூடியதுபோல் பெருங்கூட்டம்
கற்களோடும் பிரம்புகளோடும்.

'உங்களில் குற்றமில்லாதவர்
கல்லெறியட்டும்'
மனசாட்சியின் விசாரணைக்கு உத்தரவிட
இயேசுநாதர் வரவில்லை.

ஒரு குழந்தையைப்போல்
மலங்க மலங்க முழித்தபடி நின்ற
மண்ணின் சொந்தக்காரனை
மரத்தில் கட்டிவைத்து
பாவமே செய்(யா)த நீதிபதிகள்
பதினாறு பேர் பந்தாடினர்.
கழுகுகள் மனிதனைத் தின்பதை
பலநூறு மிருகங்கள் ரசித்தபடி
படமெடுத்துப் பதிவிட்டன.

நிற்பதற்கே திராணியற்று
தண்ணீர் கேட்டவனுக்கு
கசப்புக் காடிகூட கிடைக்கவில்லை.
காலங்கடந்து வந்த காவல்துறை
குழைந்து சுருண்டு
புழுவைப்போல் கிடந்தவனை
வண்டியில் ஏற்றியது.
ஏசுவைப்போல் உரக்கக்கத்தி
உயிர்விட்டான்
கடவுளின் மகன்.

## ஏவாளின் ஆப்பிள்

சர்ப்பத்தின் காதலில்
மயங்கிப்போய்
ஏவாள் பறித்து வந்த
ஆப்பிளில் மிச்சமான
எச்சிலின் எச்சில் துண்டை
ஆதாமின் பின்காமிகள்
இடைவிடாது தின்றபடியே
பலகோடி சர்ப்பங்களாய்ப்
படமெடுத்தாடுகின்றன
அகோரப் பசியில்
மிச்ச ஆப்பிளையும்
நக்கித் தொலைக்கின்றன
விஷம் கக்கியபடியே!

## கோடாரி

பெருச்சாளியும் அரக்கியும் இணைந்த
வேட்டையாடலில்
பதவிகள் பலியிடப்படுகின்றன
ஏரோதியாக்களின் தனங்களுக்காக
மனிதர்களின் தலைகள் வெட்டப்படுகின்றன.
அடிமரத்தில் கோடாரி வைத்தாயிற்று
யோவான்களின் நீதியுரைகள்
நிற்கதியாய்
வெட்டப்பட்ட தலைகளைத் தாங்கிய
தட்டுகளில்...

## கெத்சமனே தோட்டம்

உன் காலடியில்
உயிர் மூச்சை ஊதினேன்
முகம் புதைத்தேன்
முத்தம் தந்தேன்
கண்ணீரை ஊற்றினேன்
தம்புருவை மீட்டினேன்
கடைசியாய்ப் பரிமளத் தைலம் பூசி
கவிதைகளைக் காணிக்கையாக்கினேன்.

கால்களின் பின்னால்
நீண்ட பயணம்
இரத்தம் வியர்வையாய் வெளியேறியும்
துகில் உரியப்பட்டும் நிறுத்தவில்லை
கெத்சமனே தோட்டத்திலிருந்து
கொல்கதா வரை நீண்டு போகின்றது...
ஒருவேளை
உன் காலடியில்
சிலுவையில் அறையப்பட்டு விடுவேனோ?

## பேய்களின் கூச்சல்

அமாவாசை கும்மிருட்டில்
பிரேதங்கள் கூச்சலிடும்
இரவின் குளிரில்
மறைந்து மறைந்து போகிற திருடன்
கணப்பொழுதில்
கல்லறையின் கதவு திறந்து நுழைந்து
தீ வைத்து கொளுத்தப்பட்டவளோடு
கூடிச் சாகிறான்.

கடைசியாய்ச் செத்துப் போன வேதாளம்
கரையேறி வருகிறது
ஊர் மேய்ந்து நோய் கூடி
மாண்டவளின் மரணக்குழிக்குள்
வீழ்ந்து தொலைகிறது.

கழுகாய் வட்டமிடும்
நாசமாய்ப் போன எல்லா பேய்களும்
பெண்ணுடலை குத்திக் கீறி
ரத்தம் குடிக்கும்
மாமிசம் சாப்பிடும்.

அரிப்பு...

தூண்டில் காரன்
கொழுவிப்போட்ட ஆகாரம்
நீச்சலிட்டுத் தேடுகின்றன...
மனிதர்கள் ஆசைக்கோளாறிலோ
பெருத்த பசியிலோ
வாய் திறப்பார்கள்
வளைந்த ஊசிக்கொண்டை
அலவில் செருகும்
இழுத்து கரையில் போட்டு
உணவாக்கிக் கொள்ளலாம் ....

இப்போதெல்லாம்
மனித உருவில் அலையும்
காண்டாமிருகங்களின் அகோரப்பசிக்கு
பலி மனிதர்களே.

அடுத்தவர் குடலைப் பிடுங்கித் தின்னக்
கிடைக்காதபோது
சொந்தக் குடலையும் பிடுங்கி உண்ணுதல்!

படுக்கை தொடங்கி
கழிவறை வரைக்கும்
உள்ளங்கால் தொடங்கி
உச்சந்தலை வரைக்கும்
பணப்பசியின் எச்சம்
சொறிந்தும்
காந்தாரி மிளகு தடவியும்
ஓயவில்லை அரிப்பு...

கல்லறைகளை
பிணங்களை
சுடுகாட்டை
தீராத புற்றை
ஆறாத புண்ணை
எதைக்காட்டியும்
அடங்காத அரிப்பு!

இனி ஆவி அடங்கி
அடங்கும் அரிப்பு.

## சுஜித் பேசுகிறேன்...

ஆழ்துளை கிணறு தோண்ட
லட்சம் செலவழிக்கும்
உங்களுக்கு
குழாயின் இறுதியை மூட
ஐநூறு ரூபாய் மூடி
முடியாமல் போனதெப்படி?

இன்னும் சாக்குப் பையால்,
இத்துப்போன துணியால் மூடி
எத்தனைக் குழந்தைகளைக்
கொலை செய்ய திட்டமிட்டிருக்கிறீர்கள்?

நிலவுக்கும் செவ்வாய்க்கும்
விண்கலம் அனுப்பும் அறிவியலால்
குழிக்குள் விழுந்தவனையே
காப்பாற்ற முடியவில்லையே,
அறிவியலால் என்ன கிழித்தீர்கள்?
வானத்தில் பார்க்கிற அறிவியலாளர்களே
காலடியில்
கணக்கின்றி மடியும்
உயிர்களை
எப்போது பார்ப்பீர்கள்?

கண்டு பிடிப்புகள்
லாப கணக்கிலேயே
வலம் வருகின்றன
எப்போது ஏழைகளின்
தேவை கணக்கில் வரும்?

அறிவியலைக் கொண்டு
மலம் அள்ள
ஒரு கருவி கண்டறியவில்லை
வெட்கப்படவில்லையா?

ஆண்டவன் அதோ வருகிறான்
இதோ வருகிறானென
கூக்குரல் எழுப்புபவர்களே,
உதடுகள் உச்சரிக்கும் செபத்தால்
சொர்க்கம் கிடைக்காதென்பதை
இங்கு வந்து அறிந்தாயிற்று.
எப்போது களமிறங்கி
கைகளை அழுக்காக்கிக்
கொள்ளப் போகிறீர்கள்?

எனக்காக அழுது முடித்து விட்டீர்களா?
கண்ணீர் அஞ்சலி செலுத்தி முடித்தாயிற்றா?
அன்னைக்கும் தந்தைக்கும்
ஆறுதல் கூறி விட்டீர்களா?
ஒருவேளை அரசு பெற்றோருக்கு
ஆறுதல் பரிசுகூட இனி அறிவிக்கலாம்
எல்லாம் இருக்கட்டும்
கேள்விகளுக்குப் பதில் சொல்லுங்கள்...

(29.10.2019, ஆழ்துளை கிணற்றுக்குள் விழுந்த சிறுவன் சுஜித் இறந்த நாள்)

## ஏழை

யார் கிடைப்பாரென்று
வாய் பிளந்து கொண்டே
பணம் விழுங்கி மிருகம்.

பஞ்சப் பரதேசியாக இருந்தும்
பறிப்பது நிச்சயம்.
யாருடைய அங்கி முக்கியமல்ல;
உருவுதல் முக்கியம்
எந்தச் சிலுவை முக்கியமல்ல;
அறைதல் முக்கியம்.

கார்ப்பரேட்களின் வாய்
டைனோசர்களின் வாயைவிடப் பெரிது!
அதன் பருத்த வயிறுகளில்
பல்லாயிரம் ஏழைகளின் தலைகள்
சிதைந்து கிடக்குது!

யார் முடிப்பது இந்த
கார்ப்பரேட் டைனோசரை?

தரகுக்காரனை தலையில் வைத்து
ஆடிய பாவம்
புண்ணிய பூமியில்
கார்ப்பரேட் பூதங்களாய்ப் பூக்கின்றன ...

திமிர் கொழுப்பில்
உலகெங்கும் வழிகிறது ரத்தம்.
பெண் மான்களின் வயிற்றில்
ஊடுருவித் தெறிக்கிற அதிகார அம்பு
குட்டிகள் உயிரையும் பறித்தது.
சாதிக் கொடுக்கின் விஷம்,
அழகான வண்ணத்துப் பூச்சிகளின்
வாய்க்குள்.

பாசிசக் கழுகுகள்
தினந்தோறும் தின்னும்
ஏழைகளின் ஈரக்குலையை!

பீடம்

கொடுமைகள் புரியும்
சமயங்களின் பீடங்கள் தகர்த்துக் கொண்டே
அவன் வருகிறான்...
சாத்தான்களிடம் கையேந்தியவர்
அவனிடம் கையேந்துவர்
உயிர்ப் பிச்சைக் கேட்பர்
நீதியின் பொருட்டு
இரக்கம் காட்ட மாட்டான்
அவர்கள் நிறுவியவைகள் நிர்மூலமாக்கப்படும்
கட்டியவைகள் இடிக்கப்படும்
புரட்டுப் பதிவுகள் அழிக்கப்படும்
தண்டனையின் நாளில்
ஒரு துளிக்காய் ஒப்பாரி கேட்கும்
உலகின் இராஜாளியாய் வருவான்
மண்ணுலகம் தலைவணங்கும்
நீதியின் பீடம் அவனதாகும்.

## எப்படிச் சொல்வது ...

எப்படிச் சொல்வது கவிதையை?
அது குத்திக் கிழிக்குமே!

கவிதைக்குப் பதினாறு கால்
முப்பத்தியிரண்டு கை.
கவிதை வெடிகள்
பாறைகளை உடைத்துக் கொண்டு
யானைபோல் பிளிறும்போது
அதிகார பீடம்
தகர்ந்து தெறிக்கும்.
தெறித்ததையும்
பதினாறு கண்கள் எரிக்கும்
அப்புறம் சாக்கடையிலிருந்து
வெளியேறும் கருங்கூட்டம்
புதிதாய் அரண்மனை
சமாதானக் கோட்டையெல்லாம் கட்டும்
பீடம் இருக்காது
பலியிடுதல் நடக்காது
அதிகாரமும் இராது!

### எசக்கியும் ஊனமுற்ற கவிக்குயிலும்!

அழகு பூக்களும் மூலிகைக் காடுகளும்
நிறைந்த வனத்தில்
பறந்து பாடித் திரிந்தது கவிக்குயில்

கவிதை
கண்கள்
கறுப்பு
கள்ளமில்லாச் சிரிப்பு
பேச்சு
மூச்சின் வெப்பமும் பிடிக்குமென்றாள் எசக்கி.

பிடிக்குமென்றதும் பிடிகொடுத்தது கவிக்குயில்
எசக்கியின் கிடுக்குப் பிடியில் எலும்புடைந்தது
கொடும்பசியுற்ற எசக்கி
கவிக்குயிலை கடித்துக்குதறி ஏப்பமிட்டாள்
கவிதைச் சிறகுகள் முறிந்து
ஊனமுற்றது குயில்.

## குரங்கு

அந்தக் குரங்கு மெதுவாக
கழுத்தில் காலால் பிராண்டி
எச்சிலை முகத்தில் தேய்த்து
மெல்ல காதைக் கடித்துப் பார்த்தது

தெருவில் வருவோர் போவோர்
பல்லை இளித்து
நாவில் எச்சில் ஊறப் பார்த்து
கல்லெறிந்துப் போயினர்
அனாதைக் குரங்குக்கு
ஆறுதலாய் இருக்கப்போய்
காயமும் களங்கமும் மிச்சம்.

காயம் மாற்றுவதாய்ச் சொல்லி
அமாவாசை இரவில்
முழுதாய் விழுங்கி
பின்னொரு நாளில்
காணாமல் போனது
குரங்கு!

## விட்டுவிடு

காடு மிதமான மழை
பூபாளம்
அந்தியின் சிவப்புச் சூரியன்
முழுநிலா
கவிதை பிரசவிக்கும்.

பெருங்கூட்டத்தின் கூச்சலிலிருந்து விலகி
பரந்துபட்ட வானத்தில் விழி துருத்தி
அந்தியின் ஒளி மீட்சியில் சங்கமித்து
வசந்தகீதம் இசைக்கிறேன்.

நிலவின் மென் பிரதேசங்களில்
மின்மினிகள் சுழன்றாடும் நடனத்தில்
நெஞ்சம் பறிகொடுத்து
கோவலனாய் மாறி கவிதை தெறிப்பு.
மனதிற்குள் ஒழிந்து கிடந்த
இருளையும் ஒளியையும்
துருவித் தேடி
ஆன்மாவிற்குள் குடியிருப்பு செய்யும்
ரசவாதம் மிகவே பிடித்துப்போனது.

கவிதைக்கு மட்டுமே
இதயத்தை ஈரப்படுத்த
ஆன்மாவைக் கிண்டிக்கிளறி
நதிகளினூடாக நகர்த்தி
பெருங்கடலுக்குள் மூழ்கடித்துச் சிரிக்க
கவிதைக்கு மட்டுமே முடியும்.

அடுத்த பிரசவத்திற்காய்
காலநதியில் காதலோடு சிலநாள்
கவிதை புணர்ச்சி செய்தபடி
தனித்திருக்கிறேன்
விட்டு விடு.

## ஒற்றை முலைச்சி

முலை திருகியெறிந்து
தீ பரப்பி நீதிக்காய் ஒருத்தி !
தீ எரியும் நாக்கோடு
ஊர் எரித்த்தப்படி மற்றொருத்தி !
நாக்கால்
நாடெரித்தான் வேறொருவன்.

எரித்ததில் எரிந்தது அநீதி
'ஒற்றை முலைச்சி'
எரிந்தான் எதிரி
'மற்றொருத்தி'
எரிந்தது மிலேச்சர்
'வேறொருவன்'

ஒற்றை முலைச்சி
கணவனோடு போனாள் வானகம்.
நீதிக்காய் முலைதிருகி எறிய
அநீதி எரிக்க எவருமில்லை
தீ நாக்கர் மட்டும்
எரிப்பதை நிறுத்தாமல்...

சொல்லெறிந்து எரிந்தால்
வழக்கில்லை
தலைவெடித்து தாறுமாறானால்
தவறில்லை
மனித நாக்கு தீ நாக்காகி
திசையெல்லாம் எரிகிறது!

ஒற்றை முலைச்சி
பூமிக்கு வருவாள்
கோபவெறியில்
மறுமுலை திருகி எறிவாள்
ஓர்நாள்.

## தூக்குக்கயிறு

ஒரு பாத்திரம் விஷம்
குடித்துப் பசி தீர்க்க...
கழுமரம்
சாதிக்கழுதையை ஏற்ற...
பெரும் சிதை
மத வெறி எரிக்க...
ஒரு துப்பாக்கி
ஆண் திமிரை சுட்டுக் கொல்ல...

ஒரு சாட்டை
நானே அடித்துக்கொள்ள...
ஒரு தூக்குக் கயிறு
தேசத்துப் பெண் குழந்தைகள்
வன்கொடுமைக்குப் பலியாகையில்
தொங்கிச் சாக...

## ஆசிபாக்களே...

குல தெய்வத்தின் மறுபிறவி நீ
சுதந்திரமாய் ஆடு
தாய்பூமிக்கு வந்த தேவதை நீ
உலகு எனதென்று எக்காளமிடு
அச்சப்படாதே
உன்னை நசுக்க நினைப்பவரை
காறி உமிழ்
நெருங்கினால்
அரிவாளெடுத்து அறுத்தெறி.

கொடி பிடிப்பதாலோ
உண்ணாவிரதம் இருப்பதாலோ
பயனொன்றுமில்லை
உண்ணாவிரதம் நிறுத்து
காளியாய்ப் பத்துத் தலைகளோடு வா
ஒவ்வொரு கையிலும்
வெட்டியதும் தலை கீழே விழ
தீட்டிய அரிவாளோடு வா.
பலி கொண்டபின்
தலைமயிர் முடித்து
கம்பீரமாய் நட.

## கொளுத்திவிடு

சமாதானப் பேச்சோ
பணப் பரிமாற்றமோ
பெரிய தலைகளின் சிபாரிசோ
மிரட்டல்களோ
கண்ணீரோ
கவசகுண்டலம் கேட்டு கண்ணனோ
கை நீட்டிக் கொண்டு
சத்தியம் வாங்க குந்தியோ
வருவதற்கு முன்
கொளுத்திவிடு.

## உலக்கை

ஒருகாலத்தில்
நெல்குத்தி அரிசி கண்டடைய
மாவு இடித்து
புட்டும் இடியாப்பமும் அவிக்க
இனிப்பும் காரமுமாய் முறுக்குச் சுற்ற
நாவில் தேன் ஊறும்
அதிரசமும் பணியாரமும் பொரிக்கவென
பண்டம் பலவும் செய்து
வாய்க்கும் வயிற்றுக்கும்
வலுவும் சுவையும் சேர்க்க
மூலகாரணமாய் இருந்தது
நெல்குத்துப் பெர.

அம்மாவும் சித்தியும்
இரண்டு உலக்கைகளோடு
கூட்டுக்குடும்பம் முழுமைக்கும்
மாவு இடித்துப் போட்ட காலம்...

ஏன்,
உலக்கை மாதிரி நிக்கிற?
இப்படித் திட்டும்
மண்ணாங்கட்டிகளை
என்னவென்று சொல்ல...

வீதியில்...

மிச்சமிருக்கும் வாழ்வோடு
இழப்பதற்கு எதுவுமற்று
வாழ்வைப் பிசைந்து
கதையும் கவிதையும் சமைத்தவன்
பிச்சைப் பாத்திரத்தோடு
கவனிப்பாரற்று வீதியில் ...
அதில் நான்கினை
காணாமல் படித்து
நடித்து நடித்து
மேடையில் ஒப்புவித்தவர்
இனோவா காரில்
ஐம்பதாயிரத்தை
எண்ணிக்கொண்டு ....

## ஆயுதங்களைப் புதையுங்கள்

நமக்கான சிகரம்
மிக உயரத்தில்...
கடப்பதற்கான தூரம்
நீண்டுகொண்டே...
காட்டாறுகள்
காட்டு மிருகங்கள்
ஆழக் குழிகள்
குறுக்காக...
புலி வேகம்
சிங்கத் தைரியம்
யானையின் கவனம்
இவற்றோடு
நாம் கடந்தாக வேண்டும்.

நமக்கான புதையல்
மரணத்தினும் விலையானது
காதலி சிரிப்பு நுரையினும் அழகு
தேவதைகள் சொரிகின்ற
பூக்களினும் மகிமை
தாய்ப்பாலினும் உன்னதம்
கால்கள் விரைந்து நடக்கட்டும்
சிகர உச்சியிலிருக்கும்
புதையலுக்காய்.

கனவுகள் ஒரு நீள் அருவி
சலனமின்றி
முத்தமிடட்டும் பூமியை.
யுத்தம் உருவாக்கிய
இரத்தக் கறைகளைத் துடைப்பதற்கு...

ஆயுதமேந்திப் பறக்கட்டும்
அமைதிப் புறாக்கள்
உயிர்கள் இல்லாத தேசத்தில்
ஆயுதப் புதைப்பிற்கு!

## உறவுத்தா

எல்லோரும் இராஜம் முக்குவச்சியென
எளக்காரமாய்ச் சொல்லும் போது
உறவுத்தாண்ணு சொல்லிப் பழக்கினா அம்மா.

தெரு வீடெல்லாம்
பேரம்பேசி மீன் விற்கும் சத்தம் கேட்கும்
எங்கள் கிணற்றுப்பக்கம் வரும்போதோ
மக்கா என்ற விளி கேட்கும்.
உறவுத்தாண்ணு வாய்நிறைய சிரிப்பா அக்கா.

தலைச்சுமடா வித்தது போக மிச்ச மீனை
கொஞ்சநேரம் எங்கள் திண்ணை சுமக்கும்
சொந்தவீடு போல் அடுக்களையில் நுழையும் உறவுத்தா
அம்மாவை ஒட்டி நின்று
இரட்டைச் சகோதரிகள் போல்
கதைப் பேசி, கஸ்டம் பேசி
கிழங்கோ கஞ்சியோ இருப்பதைச் சாப்பிடுவா.
பசி அடங்கியதும் சில்வர் தட்டெடுத்து
எங்களுக்கா ஒதுக்கிவச்ச நல்ல மீனை தூக்கி வைப்பா.

அரிசியும் தேங்காயும் புளியுமெடுக்கும் அம்மா
மஞ்சைப் பையில் போட்டு உறவுத்தா கையில்
திணிப்பா.
மாம்பழ சக்கைப்பழ பருவத்தில்

குட்டிக்கடவம் நிறைத்து
உறவுத்தா இடுப்பில் தூக்கி வைப்பாள்.
பணம் மாற்றாது
பண்டம் மாற்றிய உறவு
அம்மாவுக்கும் உறவுத்தாவுக்கும்!

கதைச் சொல்ல அப்பா இல்லாத எங்களுக்கு
அந்தோணியார், சவேரியார்
சூசையப்பர் கதையோடு
குடிச்சு குடிச்சு செத்துப்போன
புருஷன் கதையையும் சொல்லும்
படிப்பறிவில்லா உறவுத்தா.

பனிரெண்டு மணிக்கு கோவில் மணி அடிக்கும்
கதை நிறுத்தி அம்மாவும் உறவுத்தாவும்
இடுப்பில் செருகிய செபமாலை எடுத்து செபிக்கும்
உச்ச தட்டுனதும்
உறவுத்தா ஊருக்குத் திரும்புவா
தலையில் மீன் சருவத்தோடு கால்நடையா ...

ஒருநாள் பத்துமணிக்கு மீன்வாங்கின அம்மா
மூணரை மணிக்கு வந்த நெஞ்சு வலியில
இறந்து போச்சு.
அந்திக்கு அறிஞ்சு வந்த உறவுத்தா
மறுநாள் அடக்கம்வர அசையல்ல
அதுக்குப்பொறவு
எங்க ஊருக்கு மீன்கொண்டும் வரல்ல.

## செபமாலையோடு அப்பா

அப்பாவுக்கு நில அளவு வேலை.
கூடவே உபதேசியார்.

குமாரபுரத்தில்
கோவில் இல்லா காலத்தில்
ஓலை கொட்டகைக் கட்டி
சிலுவை வைத்து
அந்தி நேரத்தில் செபமாலை.

மணலிக்கரை கோவில்
திருப்பலியில் பங்கேற்று வரும் அப்பா
சாமியாரின் ஆசீர்வாதத்தை
வெள்ளைத் துண்டில் வாங்கி
ஊர் கிறிஸ்தவர்கள்
தலையில் வைத்து
அவர்களுக்கும் கடத்துவார்.

பின்னொரு காலத்தில் கோவிலில்
அப்பா முதல் உபதேசி.

வைகறையில்
கோயில் மணி கயிற்றை இழுத்து
ஒன்பது முறை அடிப்பார்.

ஆலயத்தைச் சுத்தம் செய்து
மாதாவுக்கும் மிக்கேல் சமனசுக்கும்
மெழுகுத் திரியும் சாம்பிராணி திரியும்
கொளுத்தி வைத்து
மலையாளப்பாட்டொன்று பாடி
செபம் செய்வார்.

அந்தி சாயும் நேரத்தில் திருந்தால் மணியடித்து
காலையில் செய்ததையே திரும்பவும் செய்வார்.

ஊருக்கெல்லாம் இயேசுவை சொல்வது
வீடுகளில் நடக்கும்
இன்ப துன்பங்களில்
முதலாளாய்ப் பங்கெடுப்பது
வீட்டுச் செபத்திற்குச் செல்வது
இப்படியாய் முடியும்
அப்பாவின் ஒருநாள் பொழுது.

ஞாயிற்றுக்கிழமை திருப்பலி நடக்கும்.
பூஜைக்கான துணிகளைப் பீடத்தில் விரிப்பது
அன்றைக்குப் படிக்க வேண்டிய
இறை வார்த்தையை
முன்கூட்டியே வாசிக்கக் கொடுப்பது
திருப்பலி புத்தகத்தையும்
விளக்குக் கால்களையும் எடுத்து
பீடத்தில் வைப்பது
பூஜைக்கு முதல் தர ஒயின்
கோதுமையில் செய்த ஒஸ்தி
நற்கருணை பாத்திரம்
குடுவையில் தண்ணீர் எடுத்து வைப்பது
சிரட்டை எரித்த நெருப்பை
தூபப் பாத்திரத்தில் இட்டு தயாராய் வைப்பது
என ஓய்வின்றி வேலைகள்.

பூஜை தொடங்குவதற்கு முன்
அரை மணி நேரம் செபமாலை செய்வார்
கூடவே நேரத்தோடு வரும் சிலரும்.

திருப்பலிக்குத் துவக்கமாக
விளக்கு தண்டில் வைத்திருக்கும்
மெழுகுத் திரியை ஏற்றுவார்.
வருகை பாடல் முழங்க,
சீடர் பிள்ளைகளின் சிறு மணி ஒலியோடு
அப்பாவின் பெரிய மணி ஓசையும் சேர
சாமியார் பலிபீடம் ஏறுவார்.

உச்ச பூஜையில்
இயேசுவின் இறுதி விருந்தை ஞாபகமூட்டி
இது என் உடல்
இது என் ரத்தம்
உண்ணுங்கள்
அருந்துங்கள் என்பார்.
அப்பா மணியை சத்தமாய் அடிப்பார்
எல்லோரும் ஆண்டவரிடம் நிறைய வரம் கேட்பார்கள்.

இவர் வழியாக இவரோடு இவரில்
எல்லாம் வல்ல இறைவனாகிய தந்தையே
பரிசுத்த ஆவியின் ஐக்கியத்தில்
எல்லாப் புகழும் மாட்சியும்
என்றென்றும் உமக்கு உரியதே எனும்
சாமியாரின் உச்சக் குரலை மிஞ்சுமளவில்
மூச்சைப் பிடித்துக் கொண்டு
கயிற்றை இழுத்து இழுத்து மணியை ஒலிப்பார்.

ஒரு வழியாய்
இறுதி ஆசீர்வாத மணி அடியோடு

திருப்பலி முடித்து பலிபீடம் விட்டு
இறங்குவார் சாமியார்.

சாமியார் கழற்றிப் போடும் பூஜை உடைகளை
அழகாக மடக்கி வைப்பது;
தலை மந்திரிக்க வருபவர்களுக்கு
உப்பு போட்டு மந்திரம் செபித்த
தண்ணீரை எடுத்து வைப்பது;
காணிக்கைப் பொருட்களை ஏலமிடுவது
என அரை நாள் முடிந்து விடும்.

பிறப்பு, திருமணம், இறப்பு எல்லாவற்றுக்கும்
அப்பாவை செபம் செய்ய அழைப்பார்கள்.
ஆறேழு சிப்பந்திகளோடு
பாட்டும் செபமுமாய் நடந்தேறும்.
ஆறடி உயரம் கொண்ட
அப்பாவுக்கு இதெல்லாம் பிடித்திருந்தது.

இறப்பவர்களை
இடப்பெயர்ச்சி செய்ய
இடமொன்று வேண்டுமென்றனர் மக்கள்.
அரும்பாடுபட்டு
இடம் வாங்கியதும் சாமியார் கேட்டார்:
யாராக்கும் முதலில் இந்த இடத்திற்கு வருவதோ?
அப்போது எனக்கு ஏழு வயது.
அப்பா நகைச்சுவையாய்ச் சொன்னார்:
நானாகத்தான் இருக்கும்.

கோவிலிலும்
கல்லறைத் தோட்டத்திலும்
முதலாளாய் அப்பா!

# நூலாசிரியர் குறிப்பு

கன்னியாகுமரி மாவட்டத்தில் கல்குளம் வட்டத்தில் இயற்கை வளமும் இலக்கிய வளமும் நிறைந்த குமாரபுரம் என்ற பழமையான ஊரில் 04—08—1970 இல் பிறந்தார். இவரை ஈன்ற பெருமைக்குரியோர் திரு. மா. செபாஸ்டின் — திருமதி. பொ. மேரி செபாஸ்டின். இவருடன் பிறந்தவர்கள் இரண்டு சகோதரிகள், இரண்டு சகோதரர்கள். இவரது இணைவி இரா.வ.செலின், தமிழாசிரியை. குழந்தைகள் பிளஸ்சி, பெர்டின்.

கணிதத்தில் முன்முனைவர் பட்டமும் கல்வியியலில் இளங்கலைப் பட்டமும், தமிழில் முதுகலைப் பட்டமும் பெற்ற இவர் கணித ஆசிரியராக, மணலிக்கரை, புனித மரிய கொரற்றி மேல்நிலைப் பள்ளியில் பணியாற்றுகிறார். திண்டுக்கல் லியோனி குழுவில் சிறந்த பட்டிமன்றப் பேச்சாளராக வலம் வரும் இவர், சிறந்த நாடக நடிகர் — கருத்தாளர் — பத்திரிகை ஆசிரியர் — குறும்பட இயக்குநர் — விழிப்புணர்வுப் பாடலாசிரியர். இதுவரை 25 நூல்களை எழுதியுள்ளார். இவரது கவிதைகள், கட்டுரைகள் மற்றும் நூல்கள் தமிழகம் மற்றும் கேரளாவில் பள்ளிக் கல்லூரி மாணவர்களுக்குப் பாடமாக உள்ளன. இவரது நூல்களுள் சில ஆங்கிலம், மலையாளம், இந்தி ஆகிய மொழிகளில் மொழிபெயர்க்கப்பட்டுள்ளன.

தமிழக அரசின் தமிழ்ச் செம்மல் விருது, அன்பாசிரியர் விருது என இருபதுக்கும் மேற்பட்ட விருதுகளைப் பெற்ற இவர், இன்றைய இளைய தலைமுறைக்கு இலக்கியப் பயிற்சியளிப்பதற்காக இலக்கியப் பட்டறை என்ற அமைப்பை நிறுவி மாதம் தோறும் பல்வேறு அறிஞர்களைக் கொண்டு பயிற்சியளித்து வருகிறார். அமுதசுரபி இலக்கிய இயக்கம், தமிழ்நாடு அறிவியல் இயக்கம், தமிழ்நாடு முற்போக்கு எழுத்தாளர் கலைஞர்கள் சங்கம் போன்றவற்றில் தீவிரமாக இயங்கி வருபவர்.

— பதிப்பகத்தார்